新編 泰語 基礎教程 ①

韓良平編著　萬里機構·萬里書店出版

本書所有聲音檔案可掃描此 QR Code 在網站中找到。

新編泰語基礎教程（1）

編著者
韓良平

讀音示範
韓良平　Sunee Pimaikant

編　輯
何健莊

出版者
萬里機構‧萬里書店
香港鰂魚涌英皇道1065號東達中心1305室
電話：2564 7511　　傳真：2565 5539
網址：http://www.wanlibk.com

發行者
香港聯合書刊物流有限公司
香港新界大埔汀麗路36號中華商務印刷大廈3字樓
電話：2150 2100　　傳真：2407 3062
電郵：info@suplogistics.com.hk

承印者
美雅印刷製本有限公司

出版日期
二〇〇六年六月第一次印刷
二〇一六年十月第八次印刷

萬里機構

萬里 Facebook

出版説明

　　「萬里有聲叢書」是學習語言的輔導讀物，自六十年代迄今，已出版了近百種讀本，語種包括英語、日語、法語、德語、意大利語、葡萄牙語、韓語、泰語以及中國的廣東話和普通話等等。發聲媒體亦與時並進，由最早的軟膠唱片，演變成錄音帶，再演變成 CD，隨著網絡的發展，我們進一步將聲音檔案電子化，放在網站上供讀者以 QR Code 下載。

　　五十年來，「萬里有聲叢書」都由專家把關，各書編寫認真，注重學習實效。課文內容豐富，與日常生活息息相關；示讀發音清晰、標準。讀者可以根據自己的水平和需要選購，看書聽聲，多讀、多聽、多練、多比較，便可切切實實地提高所學語言的實際應用能力。

萬里機構編輯部

編者的話

　　《基礎泰語教程》經過十多年的教學實踐，該教程也已經出版了五六年的時間了，經過多次的再版，使許多學習泰語的朋友有所獲益，很多朋友的泰語學得很出色，使編者得到很大的鼓舞。最近有越來越多的朋友學習泰語，對泰語提出了新的更高的要求，編者也感覺到《基礎泰語教程》已經不能滿足新的形勢的需要了，為了滿足朋友們的迫切要求，是應該重新編寫更加實用的《基礎泰語教程》的時候了。

　　《新編泰語基礎教程》分一、二兩冊，第一冊主要是學習字母和長元音的拼讀方法；第二冊主要是字母和短元音的拼讀方法，以及其他的特殊拼讀。一、二兩冊都穿插基本句型和學會說話，使學者能夠更好地掌握初步的泰語會話。本教程以泰國中小學教科書中的傳統編排方法，以及多年來的教學實踐經驗的積累，以文字著手從語言學的規律由淺入深、由易到難，盡可能地做到順理成章、水到渠成。

　　教程的每一課都從語音、詞句到句型，有注釋和練習，逐步加深和增多，使學者對泰語句子的基本結構的了解以及對泰國文化和習俗的了解，為進一步學習泰語打下良好的基礎。

出版社的朋友始終支持我們的教學工作，提供了許多寶貴意見，並協助校對、編排，在此表示由衷的感謝。

感謝多年來支持和鼓勵的朋友，謝謝他們的熱忱，謝謝他們的愛戴！

由於編寫時間倉卒，編者水平所限，錯漏之處在所難免，懇請諸君批評指正。

韓良平

2006 年 2 月

目錄　สารบาญ

前　言

泰國是佛教王國，位於東南亞心臟地帶的熱帶國家。面積五十多萬平方公里，包括北部山區、肥沃的中部平原、貧瘠的東北高原和無數的海灘與島嶼形成的南部半島。北邊臨老撾，西北面與緬甸相接連，東部與柬埔寨爲鄰，而南邊半島至馬來西亞。約和法國的大小相當。

泰國以佛教爲國教，長久以來佛教對泰國社會產生了廣泛而深遠的影響。從治理國家的指導思想到人們行爲所遵循的人生觀；從一般的日常禮節至重大的國事儀式；從國家的傳統文化到建築的裝飾藝術；從學校教育到文學著作，無不閃爍着佛學的哲理之光，蘊含着玄妙的佛學神話傳說。泰國人信仰佛教，人們對佛、法、僧的信仰、敬重和虔誠達到很高的境界。

泰國物產豐富，"水裡有魚，田裡有米"，是魚米之鄉。素有"水果王國"的美譽，四季新鮮水果不斷。生猛的海鮮、河鮮到處都有。

泰國人口 6500 萬，泰語是官方語言。泰語屬於漢藏語系，是孤立型語言。泰語有中部、北部、東北部和南部四個方言區，曼谷語是泰語的標準語。由於歷史的原因，泰語中吸收了大量的梵語、巴利語和相當數量的孟語、高棉語、漢語、馬來語和英語。

泰語詞沒有時態變化，詞序和虛詞是表達語法意義的主要手段，基本的詞序是：主語 ─ 謂語 ─ 賓語。而定語在中心詞之後，狀語有的在中心詞之前，也有的是在中心詞的後面，這點是與漢語不相同的地方。

數詞、量詞和名詞的組合也和漢語不同，泰語的組合是：名詞在前，數詞居中，量詞在後。

泰文是拼音的文字，十三世紀由素可泰王朝的藍甘亨國王在高棉文和孟文的基礎上創造出來的。泰文是拼音的文字，**單詞由輔音、元音和聲調組成**的。

泰語的輔音根據發音的不同分爲中輔音、高輔音和低輔音；元音分爲單元音、複合元音和特殊元音。而單元音和複合元音中又可分爲短元音和長元音，長短元音在泰語中能區分詞的意義。泰語是有聲調的語言，聲調的不同意義就不同。

泰文有**輔音字母** 44 個，**元音字母** 32 個。元音字母可以在輔音字母的前後出現，也可以出現在輔音字母上下部位。聲調符號有 4 個，要標在輔音的右上方，如果輔音上有元音字母就要標在元音字母之上。泰文的書寫是從左向右寫，一般不使用標點符號。

1. 輔音

泰文有 44 個輔音，循序排列如下：

ก ข ฃ ค ฅ ฆ ง จ ฉ ช ซ ฌ ญ ฎ ฏ
ฐ ฑ ฒ ณ ด ต ถ ท ธ น บ ป ผ ฝ พ
ฟ ภ ม ย ร ล ว ศ ษ ส ห ฬ อ ฮ

這 44 個輔音，分爲**中輔音**、**高輔音**和**低輔音**。

中輔音 9 個	高輔音 11 個	低輔音 24 個
ก จ ฎ	ข ฃ ฉ	ค ต ฆ ง ช ซ
ฏ ด ต	ฐ ถ ผ	ฌ ญ ฑ ฒ ณ ท
บ ป อ	ฝ ศ ษ	ธ น พ ฟ ภ ม
	ส ห	ย ร ล ว ฬ ฮ

而這 44 個輔音，實際只有 21 個音：

1. ก
2. ข ฃ ค ต ฆ
3. ง
4. จ
5. ฉ ช ฌ
6. ซ ศ ษ ส
7. ญ ย
8. ฎ ด
9. ฏ ต
10. ฐ ถ ฑ ฒ ท ธ
11. ณ น
12. บ
13. ป
14. ผ พ ภ
15. ฝ ฟ
16. ม
17. ร
18. ล ฬ
19. ว
20. อ
21. ห ฮ

2、元音

泰文有 32 個元音，循序排列如下：

-ะ　　-า　　◌ิ　　◌ี　　◌ึ　　◌ื　　◌ุ　　◌ู

เ-ะ　เ-　แ-ะ　แ-　โ-ะ　โ-　เ-าะ　-อ

เ-อะ　เ-อ　เ-ียะ　เ-ีย　เ-ือะ　เ-ือ　◌ัวะ　◌ัว

◌ํา　ไ-　ใ-　เ-า　ฤ　ฤๅ　ฦ　ฦๅ

這 32 個元音，分為單元音、複合元音和特殊元音，如下：

單元音 18 個

-ะ　　-า　　◌ิ　　◌ี　　◌ึ　　◌ื

◌ุ　　◌ู　　เ-ะ　เ-　แ-ะ　แ-

โ-ะ　โ-　เ-าะ　-อ　เ-อะ　เ-อ

複合元音 6 個

เ-ียะ　เ-ีย　เ-ือะ

เ-ือ　◌ัวะ　◌ัว

特殊元音 8 個

◌ํา　ไ-　ใ-

เ-า　ฤ　ฤๅ

ฦ　ฦๅ

3、聲調

泰語有 5 個聲調，4 個聲調符號，聲調符號如下：

่   ้   ๊   ๋

三組輔音開音節的聲調比較表

	普通調 中平調 無聲調符號	第一聲 低平調 ่	第二聲 升降調 ้	第三聲 高平調 ๊	第四聲 上升調 ๋
中輔音	กา	ก่า กะ	ก้า ก้ะ	ก๊า ก๊ะ	ก๋า
高輔音		ข่า ขะ	ข้า ข้ะ		ขา
低輔音	คา		ค่า ค่ะ	ค้า คะ	

三組輔音閉音節聲調比較表

	普通調 中平調 無聲調符號	第一聲 低平調 ่	第二聲 升降調 ้	第三聲 高平調 ๊	第四聲 上升調 ๋
中輔音 長元音	กาน	ก่าน กาก	ก้าน	ก๊าน	ก๋าน
短元音	กัน	กั่น กัก	กั้น	กั๊น	กั๋น

高輔音 長元音		ข่าน ขาก	ข้าน		ขาน
短元音		ขั่น ขัก	ขั้น		ขัน
低輔音 長元音	คาน		ค่าน คาก	ค้าน	
短元音	คัน		คั้น	คั้น คัก	

清輔音爲尾輔音：

ง　น(ณ ญ ร ล ฬ)　ม　ย　ว

濁輔音爲尾輔音：

ก (ข ค ฆ)

บ (ป พ ภ ฟ)

ด (จ ฉ ช ฌ ฎ ฏ ฐ ฑ ฒ ต ถ ท ธ ศ ษ ส)

七個低輔音　อักษรต่ำ ๗ ตัว　◉

泰語輔音有 44 個，分爲低輔音、高輔音和中輔音。低輔音有 24 個，在這課裡先學 7 個低輔音，即：**ค ช ซ ท พ ฟ ฮ**，其發音的要領如下：

輔音	名　稱	發音要領
ค(kh)	**ควาย** (水牛)	舌根軟顎音，用舌根頂住軟顎，阻擋氣流，讓氣流從口腔衝出而成音。
ช(ch)	**ช้าง** (大象)	舌面硬顎擦音，用舌尖抵下齒背，舌面突起貼着硬顎，讓氣流衝破阻礙而磨擦成音。
ซ(s)	**โซ่** (鐵鏈)	舌尖齒齦擦音，用舌尖抵下齒背，舌尖靠近齒齦形成阻礙，讓氣流從舌尖和齒齦之間磨擦成音。
ท(t)	**ทหาร** (軍人)	舌尖齒齦塞音，用舌尖頂着上齒齦，阻擋氣流，讓氣流從舌尖和上齒齦之間爆發成音。
พ(p)	**พาน** (高腳盆)	雙唇塞音，用雙唇閉塞阻着氣流，再用力以較強的氣流衝破雙唇而成音。
ฟ(f)	**ฟัน** (牙齒)	唇齒擦音，用上齒接觸下唇，造成輕微的阻塞，再讓氣流從唇齒之間磨擦成音。

ฮ(h)	นกฮูก (貓頭鷹)	聲門擦音，用舌身向後移，舌根自然靠軟 顎，形成阻擋着氣流，再讓氣流通過聲門輕 微磨擦成音。

書寫泰文

泰文的書寫筆畫是有一定的規律的，在我們還沒學會泰文之前，看泰文好像什麼符號似的，難以入手。其實泰文的書寫是有一定的規律的：

◆ 泰文的書寫是從左向右寫的。

◆ 筆畫是上至下的直線、下至上的直線；上至下的斜線、下至上的斜線；上至下的三角線、下至上的三角線；下至上的橢圓形線、上至下的橢圓形線；圓形線等。

◆ 泰文字母大部份都有圓形的頭，書寫時要從頭開始寫起，一筆寫成，寫兩筆的字也有，但不多，元音也是一樣的寫法。

九個單長元音 สระเดี่ยวเสียงยาว ๙ ตัว

泰語的元音分爲單元音、複合元音以及特殊元音，又可以分爲長元音和短元音。我們先學長元音中的單元音，共有九個，即：－า －ี －ื －ู เ－ แ－ โ－ -อ เ-อ，其發音的基本要領如下：

元音	名　稱	發音要領
－า(ar)	สระอา	舌身降低往後縮，舌後部稍抬起，舌尖離開下齒齦，口形張大，口腔肌肉鬆弛，不圓唇發出音。
－ี(ee)	สระอี	舌尖抵下齒背，舌面向硬顎抬起，口腔肌肉鬆弛，雙唇扁平，略張開口發出音。
－ื(eu)	สระอื	舌身稍往後縮，舌根向軟顎略微抬起，口腔內肌肉鬆弛，唇形扁平而發出音。
－ู(oo)	สระอู	舌身往後縮，舌根向軟顎抬起，口腔內肌肉鬆弛，雙唇收圓，讓氣流發出而成音。
เ－(ea)	สระเอ	舌尖抵下齒背，舌面稍抬起，口腔肌肉鬆弛，嘴唇形成扁平狀態，張開口讓氣流發出成音。
แ－(ae)	สระแอ	舌尖抵下齒背，舌身放平，口腔肌肉鬆弛，嘴唇形成扁平狀態，張開大口氣流噴出成音。
โ－(oh)	สระโอ	舌身稍微降低，舌根略微抬起，口腔肌肉鬆弛，雙唇收圓，口形適中而發出音。

−**อ**(or)	**สระออ**	舌身降低並後縮，口腔肌肉鬆弛，雙唇收圓，口形稍微張大，氣流通過而成音。
เ−อ(er)	**สระเออ**	舌尖稍微往後退縮，舌身自然平放，口腔肌肉鬆弛，口形扁平略向兩邊伸展而發音。

" **−** " 用以表示輔音的位置，因為泰語元音的位置是不同的。

拼音 ผันเสียง

泰文是拼音的文字，即是**用字母來表示語音**，不同的語音有不同的意思。泰語的拼音是用**輔音和元音拼合**起來，構成一個**音節**。泰語的拼音一般是有一個輔音和一個元音的結合，拼讀時從輔音滑到元音而拼合成的，這就是音節。這種拼音方法叫做**開音節**，即是音節的尾音是元音；例如：低輔音 **ค** 與元音 **อ** 的拼合成為 **คอ**；低輔音 **ท** 與元音 **เ** 的拼合成為 **เท**；低輔音 **พ** 與元音 **แ** 的拼合成為 **แพ**。泰語元音的位置，有的在輔音的前面，有的在輔音的後面，也有在輔音的上面或下面。不管元音的位置在什麼地方，拼音時要先讀輔音，然後與元音相拼合，即得出音節。泰語在一般的情況下，單獨的輔音不能成為音節，同樣單獨的元音也不能成為音節。下面是七個低輔音與單長元音相拼合的情況：

	ค (kh)	ช (ch)	ซ (s)	ท (t)	พ (p)	ฟ (f)	ฮ (h)
–า(ar)	คา	ชา	ซา	ทา	พา	ฟา	ฮา
–ี(ee)	คี	ชี	ซี	ที	พี	ฟี	ฮี
–ื(eu)	คื	ชื	ซื	ทื	พื	ฟื	ฮื
–ู(oo)	คู	ชู	ซู	ทู	พู	ฟู	ฮู
เ–(ea)	เค	เช	เซ	เท	เพ	เฟ	เฮ
แ–(ae)	แค	แช	แซ	แท	แพ	แฟ	แฮ
โ–(oh)	โค	โช	โซ	โท	โพ	โฟ	โฮ
–อ(or)	คอ	ชอ	ซอ	ทอ	พอ	ฟอ	ฮอ
เ–อ(er)	เคอ	เชอ	เซอ	เทอ	เพอ	เฟอ	เฮอ

聲調　เสียงวรรณยุกต์

泰語是有聲調的語言，低輔音與長元音相拼合是中平調，沒有聲調符號。例如：**คอ　พอ　ชา　ทา　โท　โพ**。

詞語　คำศัพท์　②

คอ	頸項／脖子／衣領
คา	卡／卡住／擱置
คาคอ	卡喉嚨／梗喉
คือ	是／就是
โค	黃牛
ชา	茶／發麻／麻木
ชี	尼姑／修女
ชู	舉／抬高／增進
ซอ	胡琴
ซา	減少／減輕／減少
ซี	語氣詞／表示命令要求語氣
เซ	歪／斜
โซ	飢餓／貧困
โซเซ	東倒西歪／踉蹌
โซฟา	沙發
ทอ	織／照射
ทา	塗／擦／敷／刷
ที	次／樣子／助語詞表示請求
เท	倒／灌／斜
เทชา	倒茶
โท	二／乙／中
พอ	夠／足／適合／一旦

พอที	夠啦
พา	帶／領／導
พี	肥／胖／大／壯
พู	瓣／稜
แพ	筏子／浮筏／排
โพ	菩提樹
ฟู	發／膨脹／漂浮

注釋　หมายเหตุ

■ **คือ** 是開音節，當 " ◌ื " 是開音節時，要加 "**อ**"，其音不變；**คือ** 是詞語，而 "**คื**" 不是詞語。

練習　แบบฝึกหัด

1. 掌握七個低輔音和九個單長元音。

2. 掌握輔音與元音的拼合。

3. 熟讀下列音節：

คา	คี	คื	คู	เค	แค	โค	คอ	เคอ
ชา	ชี	ชื	ชู	เช	แช	โช	ชอ	เชอ
ซา	ซี	ซื	ซู	เซ	แซ	โซ	ซอ	เซอ
ทา	ที	ทื	ทู	เท	แท	โท	ทอ	เทอ
พา	พี	พื	พู	เพ	แพ	โพ	พอ	เพอ

ฟา ฟี ฟี ฟู เฟ แฟ โฟ ฟอ เฟอ

ฮา ฮี ฮี ฮ เฮ แฮ โฮ ฮอ เฮอ

4. 掌握詞語。

5. 把下列詞語翻譯成中文：

   (1) **คาคอ**

   (2) **เทชา**

   (3) **โซฟา**

   (4) **พอที**

   (5) **เทชาทีซี**

你知道泰國人的習慣嗎?

泰國人對首足與尊卑的界限十分嚴格

泰國人認為身體最神聖的部位是頭部,是神聖不可侵犯的地方,因此不要亂摸別人的頭,小朋友的腦袋也不能撫摸。相反足部卻被視為身體卑微的部位,不要用腳趾、腳跟或腳掌向人或其他東西。

泰國人的姓名與稱謂

泰國人的名字,本名在前,姓氏在後,如:**จรัญ สุวรรณชัย** (Jaran suwannachai)。泰國人通常都有一個小名,一個正式的名字。當叫自己的名字時前面不用"**คุณ**"(koon 先生、小姐),泰國人認為那樣做是過分地推崇自己。

泰國人尊敬王室

泰國人對泰國王室愛戴有加,誣衊王室會遭到法律嚴責。任何人對王室不能發表任何高見,人們對國王皇后以及王室的成員非常之愛戴和尊敬的。

泰國人謙虛的文化

泰國人經常會說:"**เปล่า**"(plow 沒有),西人認為泰國人不說實話,其實這種說法,是表示謙虛的一種說法。如:"**ไปไหนคะ**"(painaika 去哪裡?)泰國人往往會回答說:"**เปล่าค่ะ ไปธุระหน่อย**"(plowka paitoora noy 沒有,去辦一點兒事。)這種說法是泰國人謙虛的文化。

另七個低輔音 อักษรต่ำอีก ๗ ตัว ◎

低輔音有 24 個字母，十四個音裡，我們已經學了 7 個：**ค ช ซ ท พ ฟ ฮ**，現在再學 7 個低輔音，即：**ง น ม ย ร ล ว**，其發音特點如下：

輔音	名 稱	發音要領
ง(ng)	**งู** (蛇)	舌面硬顎塞音，舌頭後部向後靠，舌根貼近喉腔形成阻礙，然後讓氣流衝破阻礙，磨擦地從鼻腔發出音。
น(n)	**หนู** (老鼠)	舌端齒齦塞音，舌尖頂着上齒齦，軟顎和小舌往下垂，鼻腔被打開，氣流從鼻腔噴出成音。
ม(m)	**ม้า** (馬)	雙唇擦音，雙唇緊閉形成阻礙，讓氣流衝破阻礙，從鼻腔磨擦成音。
ย(y)	**ยักษ์** (夜叉)	舌面擦音，舌面向硬顎抬起，形成了阻礙，讓氣流從舌尖和齒齦之間磨擦成音。
ร(r)	**เรือ** (船)	舌尖齒齦閃音，舌尖向上齒齦後面捲起，形成阻礙，讓氣流從舌尖和齒齦之間泄出音。
ล(l)	**ลิง** (猴子)	舌尖齒齦邊音，舌尖向上齒齦接近，形成阻礙，讓氣流從舌尖的兩側通過而成音。

| ว(w) | แหวน | 雙唇擦音，舌根抬起向軟顎靠近，雙唇形成圓形 |
| | (戒指) | 阻礙，讓氣流從唇齒之間磨擦成音。 |

低輔音就是這十四個音，另外十個都是同音字母。

三個複合長元音　สระผสมเสียงยาว ๓ ตัว

九個單長元音已經學過了：−ๅ　ฺ−　ฺ−　−ฺ　เ−　แ−　โ−　−อ
เ−อ，現在再學三個複合長元音：เ−ีย　เ−ือ　−ัว，其發音特點是
由兩個元音組合成的，發音由第一個元音向第二個元音滑動，前
一個元音清晰而長，後一個元音模糊且較短。具體發音如下：

元音	名稱	發音要領
เ−ีย(ia)	สระเอีย	發音口形由 ฺ− 滑向 −ๅ，前音清晰稍長，
	(元音 ia)	後音較含糊短促，拼合成音。
เ−ือ(ua)	สระเอือ	發音口形由 - 滑向 −ๅ，前音清晰稍長，
	(元音 ua)	後音較含糊短促，拼合成音。
−ัว(uw)	สระอัว	發音口形由 −ฺ 滑向 −ๅ，前音清晰稍長，
	(元音 uw)	後音較含糊短促，拼合成音。

拼音　ผันเสียง

低輔音和複合長元音的拼合，其方法是：發音時前音清晰稍長，
後音模糊短促。例如：

เคีย 先發 ค 加上 ◌ี 滑向 -า ;
เคือ 先發 ค 加上 ◌ื 滑向 -า ;
คัว 先發 ค 加上 ◌ั 滑向 -า。

拼音表 ตารางผันเสียง

◎	ง(ng)	น(n)	ม(m)	ย(y)	ร(r)	ล(l)	ว(w)
-า(ar)	งา	นา	มา	ยา	รา	ลา	วา
◌ี(ee)	งี	นี	มี	ยี	รี	ลี	วี
◌ื(eu)	งื	นื	มื	ยื	รื	ลื	วื
◌ู(oo)	งู	นู	มู	ยู	รู	ลู	วู
เ-(ea)	เง	เน	เม	เย	เร	เล	เว
แ-(ae)	แง	แน	แม	แย	แร	แล	แว
โ-(oh)	โง	โน	โม	โย	โร	โล	โว
-อ(or)	งอ	นอ	มอ	ยอ	รอ	ลอ	วอ
เ-อ(e)	เงอ	เนอ	เมอ	เยอ	เรอ	เลอ	เวอ
เ-ีย(ia)	เงีย	เนีย	เมีย	เยีย	เรีย	เลีย	เวีย
เ-ือ(ua)	เงือ	เนือ	เมือ	เยือ	เรือ	เลือ	เวือ
◌ัว(uw)	งัว	นัว	มัว	ยัว	รัว	ลัว	วัว

	ค(kh)	ช(ch)	ซ(s)	ท(t)	พ(p)	ฟ(f)	ฮ(h)
เ-ีย(ia)	เคีย	เชีย	เซีย	เทีย	เพีย	เฟีย	เฮีย
เ-ือ(ua)	เคือ	เชือ	เซือ	เทือ	เพือ	เฟือ	เฮือ
◌ัว(uw)	คัว	ชัว	ซัว	ทัว	พัว	ฟัว	ฮัว

งอ	彎／曲／鉤狀的
งอแง	哭鬧／撒嬌／撒賴
งา	芝麻／象牙
งู	蛇
ทายา	敷藥
ทีวี	電視／電視機
นา	田／田地
นาที	分鐘
มัว	模糊／朦朧／迷戀／忙於
มัวซัว	骯髒／黯淡
มัวเมีย	惺忪／睡眼朦朧
มา	來／臨
มานี	有毅力的人(用作人名)
มาลี	花／飾以花環的人(用作人名)
มาเลเซีย	馬來西亞
มี	有／佔有／發生／富有
มีเวลา	有時間
มือ	手／能手／技藝
มือชา	手麻
เมนู	菜單
เมีย	老婆／雌／母

ยอ	奉承／誇獎／舉起／叫牲口停
ยา	藥／治療／菸草／塗敷
โยเย	愛哭鬧／頑皮／淘氣
รอ	等／等候
รา	霉／霉菌／停止／放鬆
ราคา	價格／價錢
รามือ	鬆手／減緩
ราวี	攻擊／騷擾／侵擾
รี	細長／橢圓形
รีรอ	等待／遲疑／停滯
รู	洞／孔／眼兒／窟窿
รูงู	蛇洞
เรือ	船
ลา	驢／告別／請假
ลือ	流傳／風傳／謠傳／謠言
ลือชา	馳名遠近／聲名遠揚
โล	公斤／公里
โลเล	動搖／搖擺不定
วัว	黃牛
วา	哇(長度單位泰丈等於 2 公尺)
เวที	台／舞台／講台
เวลา	時／時間／階段／時期
เฮีย	兄

■　音節，泰語的音素是由輔音與元音相拼合而成的，幾個音素結合在一起構成音節。泰語是孤立語，一般一個音節就是一個意思，但隨着社會的發展，語言也發展了，就產生多音詞，例如：**ราคา เวลา** 等。也接受了許多外來語，例如：**โซฟา ทีวี** 等。。

換詞講新句子 เปลี่ยนศัพท์พูดประโยคใหม่

請用括號裡的詞語組成短語：

1. มี............(ราคา เวลา ทีวี โซฟา เมีย)

2. รอ..........(เรือ เมีย เฮีย ยา ทีวี)

3. ราคา.......(ยา วัว นา เรือ ทีวี)

4. เวลา……. (มี พอ)

練習 แบบฝึกหัด

1. 掌握另七個低輔音和三個複合長元音。

2. 掌握拼讀的方法並熟讀拼音。

3. 掌握詞語和構詞方法。

4. 翻譯句子成中文：

(1) มีเรือมา

(2) มีราคาทีวี

(3) มีเวลาพอ

(4) เฮียรอยาทาคอ

(5) มีเวลามามาเลเซีย

5. 翻譯句子成泰語：

(1) 有時間。

(2) 有足夠時間。

(3) 兄有電視價錢。

(4) 兄來馬來西亞。

(5) 有時間等藥擦頸。

泰國人見面的禮節

泰國人見面時互相微笑，並説 "**ไปไหนมา** (painaima) 去哪裡來？" 作為打招呼，後來有位朱拉隆功大學的教授提倡用 "**สวัสดี** (sawutdee) 幸運、快樂、繁榮、發達、興旺" 作為打招呼語。**สวัสดี** 便成了 "你好"（問候語）或 "再見"（告別用語）。

泰語第一人稱代詞："**ผม** (pom)" 用於男性，"**ดิฉัน** (dichun)" 用於女性。

"**คุณ** (koon)" 是先生、小姐、女士的意思，置於名稱之前表示對被稱呼者的禮貌和尊重。如：**คุณสำราญ** (koon samraan)，"**คุณ**" 也作為第二人稱代詞。

"**ท่าน** (taan)" 是先生、閣下的意思，加在職務之前表示禮貌和尊重。如：**ท่านผู้จัดการ** (taan poojudgarn) 經理先生。

泰語的呼應語：**ครับ** (krub) **ค่ะ** (ka) **ค่ะ** (ka)，説話時在句末加上 **ครับ ค่ะ** 或 **ค่ะ** 以表示禮貌，也是作為應語，意思是 "唉"、"好的"、"是"。

ครับ 用於男性，**ค่ะ ค่ะ** 用於女性，問話用 **ค่ะ**，回答用 **ค่ะ**。

สวัสดีครับ！(sawutdee krud) 你好！

สวัสดีค่ะ！(sawutdee ka) 你好！

คุณไปไหนมาคะ (koon painaimah ka) 你去哪裡來？

ดิฉันไปเมืองไทยมาค่ะ (dichun pai murngthai mah ka) 我去泰國來。

第三課 另十個低輔音和低輔音的聲調

บทที่ ๓ อักษรต่ำ๑๐ตัวและเสียงวรรณยุกต์อักษรต่ำ

另十個低輔音 อักษรต่ำอีก๑๐ตัว ⓵

24 個低輔音我們已經學了,低輔音只是這 14 個音,這 14 個音是:

ค ง ช ซ ท น พ ฟ ม ย ร ล ว ฮ,而另外十個

低輔音都是和這十四個低輔音同音素的,只不過寫法有所不同,

這十個低輔音是:**ฅ ฆ ฌ ญ ฑ ฒ ณ ธ ภ ฟ**,其發

音的方法如下:

輔音	名 稱	發音要領
ฅ(kh)	**ฅน**(人)	發音方法與 **ค** 一樣。已停使用,以 **ค** 頂替。
ฆ(kh)	**ระฆัง** (大鐘)	發音方法與 **ค** 一樣。
ฌ(ch)	**เฌอ**(樹)	發音方法與 **ช** 一樣。
ญ(y)	**หญิง** (女人)	發音方法與 **ย** 一樣。
ฑ(th)	**มณโฑ** (曼陀)	發音方法與 **ท** 一樣。
ฒ(th)	**ผู้เฒ่า** (老人)	發音方法與 **ท** 一樣。
ธ(th)	**ธง**(旗子)	發音方法與 **ท** 一樣。
ณ(n)	**เณร**(沙彌)	發音方法與 **น** 一樣。

ภ(ph)	สำเภา	發音方法與 พ 一樣。
	(中式帆船)	
ฬ(l)	จุฬา	發音方法與 ล 一樣。
	(五角風箏)	

24 個低輔音已經學過了，其中 ต คน 已經停止使用，並以 ค
ควาย 來替代。24 個低輔音的順序是：ค (ต) ฅ ง ช ซ ฌ
ญ ฑ ฒ ณ ท ธ น พ ฟ ภ ม ย ร ล ว ฬ ฮ，在
24 個低輔音中其中有些是相同的音素，其相同的音素共有七個：
ค (ต) ฅ ช ฌ ฑ ฒ ท ธ ณ น พ ภ ญ ย ล
ฬ，因此，低輔音實際上只有十四個音素。

拼音 ผันเสียง

這 10 個低輔音與長元音相拼合，其方法也和其他的輔音一樣，
如下：

⊚	ฅ	ฌ	ญ	ฑ	ฒ	ธ	ณ	ภ	ฬ
	(kh)	(ch)	(y)	(th)	(th)	(th)	(n)	(ph)	(l)
-า (ar)	ฅา	ฌา	ญา	ฑา	ฒา	ธา	ณา	ภา	ฬา
-ี (ee)	ฅี	ฌี	ญี	ฑี	ฒี	ธี	ณี	ภี	ฬี
-ื (eu)	ฅื	ฌื	ญื	ฑื	ฒื	ธื	ณื	ภื	ฬื
-ู (oo)	ฅู	ฌู	ญู	ฑู	ฒู	ธู	ณู	ภู	ฬู
เ- (ea)	เฅ	เฌ	เญ	เฑ	เฒ	เธ	เณ	เภ	เฬ
แ-(ae)	แฅ	แฌ	แญ	แฑ	แฒ	แธ	แณ	แภ	แฬ

โ-(oh)	โฆ	โฌ	โญ	โท	โฒ	โธ	โณ	โภ	โพ
-อ(or)	ฆอ	ฌอ	ญอ	ฑอ	ฒอ	ธอ	ณอ	ภอ	ฟอ
เ-อ(er)	เฆอ	เฌอ	เญอ	เฑอ	เฒอ	เธอ	เณอ	เภอ	เฟอ
เ-ีย(ia)	เฆีย	เฌีย	เญีย	เฑีย	เฒีย	เธีย	เณีย	เภีย	เฟีย
เ-ือ(ua)	เฆือ	เฌือ	เญือ	เฑือ	เฒือ	เธือ	เณือ	เภือ	เฟือ
-ัว(uw)	ฆัว	ฌัว	ญัว	ฑัว	ฒัว	ธัว	ณัว	ภัว	ฟัว

低輔音的聲調　เสียงวรรณยุกต์อักษรต่ำ

泰語是有聲調的語言，聲調的高低升降的不同，它所表達的意思也完全不同。泰語有 5 個聲調，4 個聲調符號。

普通調 เสียงสามัญ	沒有聲調符號	中平調	調值爲 33。
第一聲 เสียง เอก	่	低平調	調值爲 21。
第二聲 เสียงโท	้	升降調	調值爲 41。
第三聲 เสียงตรี	๊	高平調	調值爲 45。
第四聲 เสียงจัตวา	๋	上升調	調值爲 14。

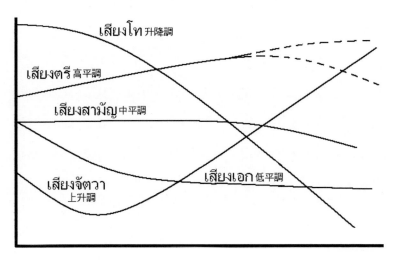

泰語聲調示意圖

在書寫泰語的時候，聲調符號要標在輔音的右上方，如果輔音上方有元音，聲調符號要標在元音的上方。

雖然泰語有 5 個聲調，但由於低輔音的特點，低輔音與長元音相拼合，只可能切出 3 個聲調。這 3 個聲調是：**中平調、升降調**和**高平調**，其聲調變化如下：

普通調 เสียงสามัญ	沒有聲調符號	中平調，調值 33	例如：**คา**
第一聲 เสียง เอก	聲調符號 ่	升降調，調值 41	例如：**ค่า**
第二聲 เสียงโท	聲調符號 ้	高平調，調值 45	例如：**ค้า**

低輔音和長元音相拼合的聲調變化，例如：

คา	ค่า	ค้า	*	งอ	ง่อ	ง้อ
ชี	ชี่	ชี้	*	ซือ	ซื่อ	ซื้อ
ทา	ท่า	ท้า	*	นี่	นี่	นี้
พอ	พ่อ	พ้อ	*	เฟอ	เฟ่อ	เฟ้อ
แม	แม่	แม้	*	ยา	ย่า	ย้า
รู	รู่	รู้	*	ลอ	ล่อ	ล้อ
วา	ว่า	ว้า	*			

詞語 คำศัพท์

ค่า	價／錢／費用
ค้า	銷售／貿易
คู่	偶數／雙數
แค่	僅此
แค่นี้	僅此／只這些
ฆ่า	殺／屠／屠宰
ฆ่าเชื้อ	消毒／殺菌
ฆ่าเวลา	消磨時間
ง้อ	央求／求和／討好
โง่	笨／愚蠢／無知
โง่เซ่อ	愚蠢／愚昧
ชั่ว	壞／劣／惡劣／整個／全部

ชั่วช้า	惡劣／卑劣／卑鄙
ช้า	慢／遲／卑賤
ชี้	指／指點／指出
ชื่อ	名／名字／名聲／名望
เชื่อ	相信／信仰／賒欠
เชื้อ	細胞／細菌／血統
ซื่อ	老實／正直
ซื้อ	買／購買／採購
ซื้อเชื่อ	賒購
เซ่อ	傻／笨／笨拙／糊塗
แซ่	姓／姓氏／宗族
โซ่	鏈／鐵鏈
โซเซ	東倒西歪／踉蹌
ท้อแท้	氣餒／灰心失望／軟弱無力
ทั่ว	全部／整個／普遍／到處
ท่า	碼頭／港口／姿態／方式
ที่	地／處／關係代詞／關係副詞
ที่นี่	這裡／這邊／這處
แท้	真／真實／純正／確實
เธอ	你／他／她
น่า	可／好／令人／值得
น่าเชื่อ	可信／值得相信
น้า	舅舅／姨母

นี่	這(指示代詞表示近指)
นี้	這／今／此／本(指示形容詞)
เนื้อ	肉／瓤／質地／牛肉的簡稱
แน่	肯定／確信／真實／準確／真棒
พ่อ	父親／從事某工作的男性
พ่อค้า	商人
พี่	兄／哥／姐
เพื่อ	爲了／以便
แพ้	輸／敗／差／過敏
แพ้ยา	藥物過敏
ฟ้า	天／天空／天藍
เฟ้อ	脹／膨脹
ม้า	馬／長凳
มื้อ	餐／頓
แม่	母親／雌性／女性
แม่ค้า	女商販
แม่ชี	修女／女修行者
ย่า	祖母／奶奶
ยี่	二
รู้	知道／曉得／了解
ล้อ	輪子／戲弄／逗趣
ว่า	說／講／責備／唱／吃
วีซ่า	簽證

1. **ซิ**—語氣助詞，用在句末，表示命令、請求的語氣，其用法例如：
   มาที่นี่ซิ　來這裡吧！
   เธอซื้อยามาซิ　你買藥來吧！

2. **นี่**—語氣助詞，用在句末，表示肯定和強調的語氣，其用法例如：
   พี่มีเวลานี่　哥哥（姐姐）有時間啊。
   พ่อค้ารู้ราคาโซฟานี่　商人知道沙發的價錢啊。

有關短語和句子　วลีและประโยคที่เกี่ยวข้อง　◯

1. **เธอมาช้าแน่**　你一定來遲。

2. **พ่อรู้ราคาทีวี**　父親知道電視價錢。

3. **ย่ารู้ชื่อแม่ค้า**　祖母知道女商販名字。

4. **น้าพาแม่มาซื้อยา**　舅舅（姨母）帶領母親來買藥。

5. **เวลานี้พี่มารอเธอที่ท่า**　現在哥哥（姐姐）來碼頭等你。

換詞講新句子　เปลี่ยนศัพท์พูดประโยคใหม่

請用括號裡的詞語組成短語：

1. **ซื้อ**..........(ที่　ม้า　ยา　ทีวี　โซฟา)

2. **น่า**..........(เชื่อ　ซื้อ　รอ　ง้อ)

3. **รู้**...........(ชื่อ　ราคา　เวลา)

4. ชี้..........(ที่   ที่นา   ฟ้า   มือ)

練習 แบบฝึกหัด

1. 掌握好所學的另外 10 個低輔音，並把 24 個低輔音記清楚。

2. 掌握好低輔音與長元音的三個聲調。

3. 掌握詞語、短語和句子。

4. 造句：

   (1) ฆ่าเวลา

   (2) ซื้อโซฟา

   (3) แม่ค้า

   (4) น่าซื้อ

5. 填空

   (1) พ่อค้า ....

   (2) เวลานี้ ....

   (3) ที่นี่ ....

   (4) รู้ ....

6. 翻譯成中文：

   (1) พ่อพาแม่มาที่นี่

   (2) แม่ค้ารู้ราคาทีวี

   (3) ย่ารอน้ามาซื้อโซฟา

(4)　เวลานี้เธอมารอแม่ที่ท่า

7.　翻譯成泰文：

　　(1)　母親知道藥名。

　　(2)　哥哥(姐姐)買牛肉。

　　(3)　現在舅舅(姨母)有簽證。

　　(4)　你來馬來西亞消磨時間。

知多一點點......

泰語數目字

0	๐	ศูนย์	soon	5	๕	ห้า	hah
1	๑	หนึ่ง	neung	6	๖	หก	hok
2	๒	สอง	saung	7	๗	เจ็ด	jed
3	๓	สาม	sahm	8	๘	แปด	pat
4	๔	สี่	see	9	๙	เก้า	gaw

10	๑๐	สิบ	sip
11	๑๑	สิบเอ็ด	sip et
12	๑๒	สิบสอง	sip saung
13	๑๓	สิบสาม	sip sahm
20	๒๐	ยี่สิบ	yee sip
21	๒๑	ยี่สิบเอ็ด	yee sip et
22	๒๒	ยี่สิบสอง	yee sip saung
30	๓๐	สามสิบ	sahm sip
100	๑๐๐	หนึ่งร้อย	neung roy
1000	๑๐๐๐	พัน	pun
10000	๑๐๐๐๐	หมื่น	meun
100000	๑๐๐๐๐๐	แสน	san
1000000	๑๐๐๐๐๐๐	ล้าน	lahn

第四課 閉音節中長元音以清輔音收尾音
บทที่ ๔ ตัวสะกดเสียงไม่ก้องสระเสียงยาวในพยางค์ปิด

開音節和閉音節　พยางค์เปิดและพยางค์ปิด

泰語是拼音的語言，輔音和元音是泰語的音素，每個音節要有輔音和元音構成的，並有聲調。泰語分爲開音節和閉音節。**開音節**即泰語法則中叫做 **มาตรา ก กา**，是以元音字母爲收尾的音節，例如：**พอ มา พี่ ชื่อ ซื้อ เธอ แม่ เมีย เนื้อ ทั่ว เรือ** 等等。前面學過的都是這類音節。

閉音節是以輔音字母爲收尾的音節，分爲兩種：一種以清輔音（發音時聲帶不振動的輔音）爲收尾輔音的音節，有 **ง น ม ย ว**，即泰語法則中叫做 **มาตรากง มาตรากน มาตรากม มาตราเกย มาตราเกอว**，另一種是以濁輔音（發音時聲帶振動的輔音）爲收尾輔音的音節，有 **ก ด บ**，即泰語法則中叫做 **มาตรากก มาตรากด มาตรากบ**。在這課裡先學習閉音節中的長元音以清輔音爲收尾的輔音。

閉音節中的長元音以清輔音收尾音
ตัวสะกดเสียงไม่ก้องสระเสียงยาวในพยางค์ปิด ◎

閉音節中的長元音以清輔音爲收尾音的有：**ง น ม ย ว**，這五個低輔音發音時聲帶不振動，它收尾音的特點是：

-ง 以鼻音 **ง** (-ng) 爲收尾輔音，只有 **ง** 一個輔音，例如：

ทาง　路／道路／方法／方面

โมง　時／鐘點

เที่ยง　午／正午／公正／準確

เยื้อง　側／斜／偏斜／斜對面

-น 以鼻音 **น** (-n) 爲收尾輔音，還有 **ญ ณ ร ล ฬ** 都是以
-น 爲收尾輔音，例如：

งาน　工作／事情／盛會

นอน　躺／臥／睡／睡眠／入寢

เรียน　學／學習／稟告／敬稟

เพื่อน　朋友／伙伴／同輩

-ม 以鼻音 **ม**(-m) 爲收尾輔音，只有 **ม** 一個輔音，例如：

ชาม　碗

ทีม　組／隊

ล้อม　圍／包圍／圍繞

เยี่ยม　拜訪／慰問／探望／最優

-ย 以半元音 **ย**(y) 爲收尾輔音，其收尾音爲 e，只有 **ย** 一個
輔音，例如：

คอย　等／等候／瞭望

ง่าย　容易／輕易／簡單

เมื่อย　酸／酸軟／疲勞

โรย　凋謝／疲憊／撒／散布

-ว 以半元音 **ว**(w) 爲收爲輔音，其收尾音爲 oo，只有 **ว** 一個
輔音，例如：

ชาว　人

เลว　差／劣／壞／下賤／卑鄙

เที่ยว　次／遍／漫遊／旅行

แล้ว　完／完了／已經／然後

拼音　ผันเสียง

閉音節的拼合要有輔音與元音的拼合並以輔音爲收尾音，可以加上聲調符號，例如：เที่ยว 拼讀爲 เ＋ท＋ ่ ＋ย＋ว，再看有無聲調符號；เพื่อน 拼讀爲 เ＋พ＋ ่ ＋อ＋น，再看有無聲調符號。低輔音與長元音拼合並以清輔音收尾音的，其拼合情況如下：

🌀 輔音　元音	ง(ng)	น(n)	ม(m)	ย(e)	ว(oo)
ค(kh)　－า(ar)	คาง	คาน	คาม	คาย	คาว
ง(ng)　－ี(ee)	งิง	งีน	งีม	----	งีว
ช(ch)　－ื(eu)	ชิง	ชืน	ชืม	----	----
ซ(s)　－ู(oo)	ซูง	ซูน	ซูม	ซูย	----
ท(t)　เ－(ea)	เทง	เทน	เทม	เทย	เทว
น(n)　แ－(ae)	แนง	แนน	แนม	----	แนว
พ(p)　โ－(oh)	โพง	โพน	โพม	โพย	โพว
ฟ(f)　－อ(or)	ฟอง	ฟอน	ฟอม	ฟอย	----
ม(m)　เ－อ(er)	เมิง	เมิน	เมิม	เมย	----
ย(y)　เ－ีย(ie)	เยียง	เยียน	เยียม	----	เยียว
ร(r)　เ－ือ(ua)	เรือง	เรือน	เรือม	เรือย	----
ล(l)　－ัว(uw)	ลวง	ลวน	ลวม	ลวย	----
ว(w)　－า(ar)	วาง	วาน	วาม	วาย	วาว
ฮ(h)　－ี(ee)	ฮิง	ฮีน	ฮีม	----	ฮีว

聲調　เสียงวรรณยุกต์ ◎

在開音節中低輔音只可以切出 3 個聲調，在閉音節中也是一樣
的。低輔音與長元音相拼合並以清輔音收尾音，所發出的音是中
平的聲調，也只能切出 3 個聲調，即是：中平調、升降調以及高
平調，例如：

โคน	โค่น	โค้น	＊	งาย	ง่าย	ง้าย
ซอม	ซ่อม	ซ้อม	＊	แทง	แท่ง	แท้ง
โนน	โน่น	โน้น	＊	เพือน	เพื่อน	เพื้อน
เฟือง	เฟื่อง	เฟื้อง	＊	เมือย	เมื่อย	เมื้อย
เยียม	เยี่ยม	เยี้ยม	＊	เรียน	เรี่ยน	เรี้ยน
เลียว	เลี่ยว	เลี้ยว	＊	วาง	ว่าง	ว้าง

詞語　คำศัพท์ ◎

คอย	等／等待／等候／瞭望
คาง	下巴／下頜
งาน	工作／事情／事務／盛會
ง่าย	容易／輕易／簡易
ช้อน	舀／撈／勺／匙／調羹
ช่าง	工匠／技師／擅長／多麼
ช้าง	象
ชาม	碗
ชาย	男人／邊緣／瞟／吹拂

น้าชาย	舅舅／舅父
ชาว	人
ชาวนา	農民
เชียงราย	清萊
ซ่อม	修／修理／削尖／補缺／叉子
ซ้อม	練習／訓練／拳打
ซอย	巷／胡同／削頭髮／切片
ซ้าย	左
ทอง	黃金／金色
ท้อง	腹／肚子／胎兒／同胞
ทาง	路／道／方法／方面
ทางโน้น	那邊
ทาน	布施／抵擋／承托／吃／飲
เที่ยง	午／中午／公正／準確
เที่ยว	次／漫遊／旅行／到處
น้อง	弟弟／妹妹
น้องชาย	弟弟
นอน	躺／臥／睡覺／入寢
นาม	名／名字／名稱
โน่น	那／指示代詞表示遠指
โน้น	那／指示形容詞表示遠指
พาน	高腳盤
เพื่อน	朋友／友人／同輩

แพง	昂貴／高昂
แฟน	愛好者／對象／情人
เมือง	城／府／國家／世界
เมื่อย	酸／軟／疲勞
แมว	貓
โมง	時／鐘點
ยาง	橡膠／膠狀物／橡膠製品
ยาว	長／久／直伸
เยี่ยม	拜訪／探望／最優
ร้อง	叫／喊／唱／鳴
ร้อน	熱／急切／急性
ร้าน	店／鋪／坐塌／貨架
ร้านค้า	商店／店鋪
ร้านทอง	金店／金鋪
เรียน	學／學習／稟告／敬稟
เรื่อง	事／事情／故事／案件
เรือน	高腳屋／房子／住宅／外殼
เรื่อย	總是／始終／連續／遲緩
โรง	廠／坊／場／院／所
โรงงาน	工廠
โรงเรียน	學校
โรงแรม	酒店／旅館／旅店
ล้าง	洗／洗滌／沖洗

ล้างชาม	洗碗
เล่น	玩／耍／遊戲／賭博／表演
เลี้ยง	養／供養／宴請／飼養
เลี้ยงแมว	養貓／餵貓
เลี้ยว	轉彎／拐彎／繞彎
เลี้ยวซ้าย	左轉彎／左拐
ว่าง	空／空白／空閒／空暇

注釋　หมายเหตุ

1. **โน่น** 指示代詞，表示遠指，例如：
   โน่นคือโรงเรียน 那是學校。
   โน้น 指示形容詞，表示遠指，例如：
   ทางโน้นมีโรงแรม 那邊有酒店。

2. **แล้ว** 時態助詞"了"，表示動作、行為或者狀態已經完成。泰語
   是沒有時態變化的，表示時態的變化要用實詞或虛詞說明。例如：
   เธอมาเยี่ยมแม่แล้ว 你來探望母親了。
   น้องชายเพื่อนมาเที่ยวเชียงรายแล้ว 朋友弟弟來清萊旅
   遊了。

有關短語和句子 วลีและประโยคที่เกี่ยวข้อง 　⊚

1. **นี่ร้านทอง** 這金舖。

2. **โน่นโรงแรม** 那酒店。

3. **น้องชายมาเยี่ยมน้า** 弟弟來探望舅舅（姨母）。

4. เธอมาเมื่อชั่วโมงที่แล้ว 你一小時之前來。

5. เธอมาเลี้ยวซ้ายที่โรงเรียน 你來在學校左轉彎。

6. เมื่อวานนี้ช่างมาซ่อมโรงงาน 昨天技師來修理工廠。

7. น้าชายมาคอยเพื่อนที่โรงแรม 舅父來酒店等朋友。

8. น้องพาเพื่อนมาเที่ยวเมืองเชียงราย 弟弟（妹妹）領
朋友來清萊玩。

換詞講新句子 เปลี่ยนศัพท์พูดประโยคใหม่

請用括號裡的詞語組成短語：

1. โน่น..........(ร้าน โรงงาน โรงเรียน โรงแรม
ร้านค้า)

2. ที่นี่มี..........(งาน แฟน ทีวี แมว ซื้อ)

3. เธอมี.........(น้องชาย ร้านทอง งาน ชาม
แมว)

4. น้าชายเพื่อนซื้อ..........(ชาม ทอง ร้าน แมว
ทีวี)

練習 แบบฝึกหัด

1. 掌握清輔音收尾音的拼合方法和它的聲調。

2. 掌握以 น 收尾音的輔音還有哪幾個字母？

3. 熟讀清輔音收尾音的拼音表。

4. 掌握詞語、短語和句子。

5. 造句子：

    (1) **ทางโน้น**　 (2) **เลี้ยวซ้าย**

    (3) **เยี่ยม**　 (4) **แล้ว**

6. 填空：

    (1) **แม่มาซื้อ..........**

    (2) **ช่างมาซ่อม..........**

    (3) **ที่โน่นมี...........**

    (4) **น้องชายช่างมา..........**

    (5) **พ่อมาเยี่ยมย่า.........**

7. 翻譯成泰語：

    (1) 這裡有酒店。

    (2) 你左轉彎來學校。

    (3) 哥哥在工廠修理電視。

    (4) 你領祖母來金鋪買黃金。

    (5) 昨晚有朋友來酒店探望舅舅。

8. 翻譯成中文：

    (1) **ที่นี่มีโรงเรียน**

    (2) **ทางโน้นมีร้านค้า**

    (3) **เธอเลี้ยวซ้ายแล้วมาโรงแรม**

(4) เมื่อชั่วโมงที่แล้วเธอมาโรงเรียน

(5) น้องชายเพื่อนมาเที่ยวเมืองเชียงราย

見面打招呼

สุนี	:	สวัสดีค่ะ!	你好！
Sunee		sawutdee ka	

ต้ากวาง	:	สวัสดีครับ!	你好！
Daguang		sawutdee krap	

สุนี	:	ฉันชื่อสุนี คุณชื่ออะไรคะ	我叫素妮，你叫什麼？
Sunee		chan cheun sunee koon cheun arai ka .	

ต้ากวาง	:	ผมชื่อต้ากวางครับ ยินดีที่ได้รู้จัก .	我叫大光，高興能認識你。
Daguang		pom cheun daguang krap yindee tee dai roojuk	

สุนี	:	เช่นกันค่ะ	也是一樣的。
Sunee		chengan ka .	

*　　　*　　　*

สมชาย	:	สบายดีหรือครับ	你好嗎？
Somchai		sabai dee reu krap	

แอนนา	:	สบายดีค่ะ คุณล่ะคะ	很好，你呢？
Anna		sabai dee ka koon la ka	

สมชาย	:	ผมก็สบายดี ขอบคุณครับ	我也很好，謝謝你。
Somchai		pom gau sabai dee kaub kun krap	

閉音節中的"ี" "เ-อ" "ัว"收音方法
วิธีสะกดสระ "ี" "เ-อ" "ัว" ในพยางค์ปิด ◎

上一課我們已經學習了閉音節中的長元音 –า ี ◌ุ เ– แ–
โ– –อ เ–ีย เ–ือ 以清輔音的收音方法，ี เ-อ ัว，怎麼
收尾音？ี เ-อ ัว 收尾音的方法有些變化，這種形式的變
化，我們在下面加以說明：

ือ 開音節的運用，例如：**คือ**(是)、**ชื่อ**(名)、**ซื้อ**(買)、**มือ**(手)等
等。

ือ 閉音節的形式：**ี –**，即是任何一個輔音加上元音 **ี**，然後以
輔音收尾音，即是用清輔音 ง น(ญ ณ ร ล ฬ) ม ย ว 為
收尾音，例如：

ุ **คืน** 夜／夜間／退還／恢復
ุ **พื้น** 平地／地面／基礎／普通
ุ **ยืม** 借
ุ **ลืม** 忘／忘記／遺忘／睜／張眼

เ-อ 開音節的運用，例如：**เซ่อ**(傻)、**เท่อ**(鈍)、**เธอ**(你)、**เฟ้อ**(膨
脹)等。

เ-อ 閉音節的形式，通常有三種，都可以用清輔音 ง น(ญ น ร
ล ฬ)收 ม ย ว 尾音，分別舉例如下：

(1) 閉音節的形式：**เ-อ-**，清輔音 ง น(ญ ณ ร ล ฬ)ม ย ว 都可以用作收尾音，實際運用的詞語不多，例如：

เทอญ 語氣助詞－吧

เทอม 學期／任期

(2) 閉音節的形式：**เ-ย**（讀作 er-ai），只有 **ย** 是收尾音的清輔音，例如：

เคย 習慣／熟悉／曾經／蝦醬

เนย 牛油／奶油／黃油

เย้ย 譏笑／嘲笑／嘲弄

เลย 過／超／根本／的確／就

(3) 閉音節的形式：**เ--**(讀作 er)，清輔音 ง น(ญ ณ ร ล ฬ) ม ย ว 都可以作為收尾的輔音，例如：

เชิญ 請／邀／邀請／聘請

เนิน 高地／丘陵／土丘

เพิ่ม 增／加／增加／增長

เริ่ม 開始／開頭／開創／創始

-ัว 開音節的運用，例如：**คั่ว**(乾炒)、**ทั่ว**(到處)、**รั้ว**(籬笆)等。

-ัว 閉音節的形式：**-ว-**，元音 **-ัว** 加在輔音後面，再加上收尾輔音，然後省略去 **-ั**，變成 **-ว-**，清輔音 ง น(ญ ณ ร ล ฬ) ม ย ว 都可以做為尾音，例如：

ควร 適宜／恰當／應該／值得

ช่วย 幫／幫助／協助／輔助／拯救

รวย 發財／富有／富裕／微／弱

ล้วน 純／純淨／純粹／都／全都

拼音 ผันเสียง

現在重溫閉音節中的 $\overline{}$- เ-อ- เ-ย เ $\hat{}$ - -ว- 收尾音的拼音方法，請拼讀： ◎

คืน ชื่น พื้น ฟืน ฟื้น มื่น ยืน ยื่น ยืม รื่น รื้น
ลื่น ลื้น ลืม

เทอญ เทอม

เคย เงย เชย เชย เทย เนย เพย เฟย เมย เยย
เรย เลย เวย เฮย

เงิน เชิง เชิญ เซิ้ง เทิน เนิน เพิ่ม เฟิ้ม เมิน เยิน
เริง เลิ้ง เวิ้ง

閉音節中的元音 -ว- 的收音方法：

◎	ง(ng)	น(n)	ม(m)	ย(e)	ว(oo)
ค(kh)	ควง	ควน	ควม	ควย	----
ง(ng)	งวง	งวน	งวม	งวย	----
ช(ch)	ชวง	ชวน	ชวม	ชวย	----
ซ(s)	ซวง	ซวน	ซวม	ซวย	----
ท(t)	ทวง	ทวน	ทวม	ทวย	----
น(n)	นวง	นวน	นวม	นวย	----
พ(p)	พวง	พวน	พวม	พวย	----
ฟ(f)	ฟวง	ฟวน	ฟวม	ฟวย	----
ม(m)	มวง	มวน	มวม	มวย	----
ย(y)	ยวง	ยวน	ยวม	ยวย	----
ร(r)	รวง	รวน	รวม	รวย	----

ล(l)	ลวง	ลวน	ลวม	ลวย	----
ว(w)	----	----	----	----	----
ฮ(h)	ฮวง	ฮวน	ฮวม	ฮวย	----

聲調 เสียงวรรณยุกต์

低輔音與長元音相拼合並以清輔音收尾音時，只可以切出 3 個聲調，即是中平調、升降調和高平調，其聲調變化如下：

เคิง	เคิ่ง	เค้ง	*	งวง	ง่วง	ง้วง
ชีน	ชื่น	ชื้น	*	ซอม	ซ่อม	ซ้อม
ทวม	ท่วม	ท้วม	*	เนิน	เนิ่น	เนิ้น
เพิม	เพิ่ม	เพิ้ม	*	ฟืน	ฟื่น	ฟื้น
เมย	เม่ย	เม้ย	*	ยวน	ย่วน	ย้วน
รวง	ร่วง	ร้วง	*	ลืม	ลื่ม	ลื้ม
ฮวย	ฮ่วย	ฮ้วย	*			

詞語 คำศัพท์

ควร	適宜／恰當／應該／值得
คืน	夜／夜間／交換／退還／恢復
ค้างคืน	過夜／宿夜／隔夜
เมื่อคืน	昨晚／昨夜
เมื่อคืนวาน	前晚
เมื่อคืนวานซืน	前晚／前天晚上
เคย	習慣／熟悉／曾經／蝦醬

ง่วง	睏／睏倦／瞌睡
ง่วงนอน	睏／瞌睡／想睡
เงิน	錢／金錢／錢財／財產／銀
เงินเชื่อ	賒款
เงินทอง	金錢／金銀／財富
เงินทอน	找回的零錢
เงินเฟ้อ	通貨膨脹
ชวน	邀／要求／說服／吸引
ชวนชื่น	逗人歡心／令人快慰
ชวนซื้อ	誘人購買／吸引顧客
ช่วย	幫／幫助／協助／輔助／拯救
ช่วยงาน	幫忙／協助工作
ชื่นมื่น	歡心快慰／心花怒放
ชื้น	濕／潮濕／濕潤
เชิญ	請／邀請／懇請／聘請
เชิญชวน	邀請／招請
เชิญเพื่อน	請朋友
ท้วง	抗議／反駁
ทวน	長矛／重複／複習／逆流
เรียนทวน	複習
ท่วม	淹沒／泛濫／流滿／充斥
ท่วมพื้น	淹沒地面
เนย	牛油／奶油／黃油

เนยเทียม	人造牛油
พื้นลื่น	地面滑
เพิ่ง	剛／剛才
เพิ่ม	增／加／增加／增長
เพิ่มพูน	增長／增加
ฟื้น	甦醒／康復／復原
ฟื้นฟู	恢復／復興
ม้วน	捲／捆
มวย	拳擊
ยืน	站／立／長久／長壽／堅持
ยื่นมือ	伸手
ยืม	借
เย้ย	譏笑／嘲笑／嘲弄
รวม	共計／匯合／集合／聚集
ร่วม	參與／加入／合作／將近
ร่วมงาน	參加工作／共事
ร่วมมือ	合作／協作／協同
รวย	發財／富有／富有／微／弱
รวยรื่น	舒暢／舒適／愜意
เริ่ม	開始／起初／開創／創始
ล่วง	超過／侵犯／冒犯／輕視
ล่วงเลย	過去／超過
ล่วงเวลา	超過規定時間

เลย	超／超過／完全／的確／就
เลยเวลา	時間已過
เวิ้ง	空地／灣／港灣
เวิ้งว้าง	茫茫／無邊無際
เฮ้ย	喂／不禮貌的呼喚

注釋　หมายเหตุ

1. **เคย**　副詞，曾，曾經，過，表示經過某種經驗，例如：
เธอเคยมาเที่ยวเชียงรายแล้ว　你曾經來清萊旅遊過。
ย่าเคยซื้อเนยเทียม　祖母曾經買人造牛油。

2. **เลย**　副詞，的確，確實，多用於句末，表示當即決定，不猶疑，強調要達到某種目的。例如：
เธอมาโรงเรียนเลย　你直接來學校。
เธอเรียนทวนแล้วมาเยี่ยมแม่เลย　你複習後來探望母親。

3. **ร่วม**　副詞，用於數詞之前，表示"將近"、"大約"、"幾乎"、"差不多"，例如：
เขาใช้เงินร่วมร้อย　他用錢將近一百。
แม่มีเงินร่วมล้าน　母親有錢將近百萬。

4. **แล้วค่อย**　副詞，再，才，然後再，例如：
เธอเยี่ยมแม่แล้วค่อยมาซื้อเนย　你探望母親然後再買奶油。
มาคอยเพื่อนแล้วค่อยเที่ยว　來等朋友然後再遊玩。

5. **ช่วย...ที**　相當於漢語的"幫⋯⋯一下"，例如：
เธอช่วยล้างชามที　你幫洗碗一下。
แม่ค้าช่วยซื้อเนยที　女小販幫買奶油一下。

1. **เธอควรเรียนทวน**　你應該複習。

2. **เขามีเงินร่วมร้อย**　他有錢將近百。

3. **น้องชายเริ่มง่วงนอน**　弟弟開始瞌睡。

4. **ย่าเพื่อนเคยเลี้ยงแมว**　朋友祖母曾經養貓。

5. **เธอช่วยแม่ค้าล้างชามที**　你幫女小販洗碗一下。

6. **เมื่อคืนนี้ที่นอนน้องชายชื้น**　昨晚弟弟床鋪潮濕。

7. **เธอชวนเพื่อนมาเรียนทวน**　你邀約朋友來複習。

8. **น้องชายเพิ่งช่วยเพื่อนเลี้ยงแมว**　弟弟剛幫朋友養貓。

9. **พี่ชายเริ่มมีเงินซื้อเนยเทียมมาทาน**　哥哥開始有錢買人造牛油來吃。

10. **เธอชวนน้องชายมาค้างคืนที่โรงแรม**　你邀弟弟來酒店過夜。

換詞講新句子　เปลี่ยนศัพท์พูดประโยคใหม่

請用括號裡的詞語組成短語：

1. **น้าชายลืมมา**..........(เรียนทวน　ช่วยซื้อเนย　ช่วยงาน)

2. **เมื่อคืนนี้**................(ง่วงนอน　พื้นลื่น　ที่นอนชื้น　เพิ่งท่วม)

3. **เคยชวนเพื่อน**.........(ซื้อเนย　ยืมเงิน　เรียนทวน

ค้างคืน)

4. พี่ชายเชิญเธอ..........(ร่วมงาน   เริ่มเรียน
ยืนคอยเพื่อน)

練習 แบบฝึกหัด

1. 掌握閉音節的拼音方法。

2. 掌握閉音節的聲調。

3. 掌握詞語、短語和句子。

4. 造句子：

   (1) ควร   (2) เรียนทวน

   (3) เนยเทียม   (4) เคยช่วย

5. 填空：

   (1) เมื่อคืนง่วงนอน..........

   (2) เธอควรช่วยเพื่อน..........

   (3) แม่เคยพาย่ามา..........

   (4) น้องชายเริ่มมีเวลา..........

   (5) เธอเพิ่งมา.........

6. 翻譯成中文：

   (1) เธอควรเรียนทวน

   (2) แม่เพิ่งมาซื้อเนย

(3) น้องชายง่วงนอนแล้ว

(4) เธอลืมเชิญพี่มาร่วมงาน

(5) เมื่อคืนนี้ที่นอนน้องชายชื้น

7. 翻譯成泰文：

(1) 你應該複習。

(2) 弟弟借朋友錢。

(3) 母親來買人造牛油。

(4) 你應該幫助朋友複習。

(5) 昨天晚上弟弟開始瞌睡。

"สนุก(快樂)"和"ไม่เป็นไร(沒關係)"

泰國人自認為是一個不矯揉造作,而且適應力很強的民族,頗能順應天命,並且能夠體恤尊重他人。

他們認為人類應該享受人生,不須汲汲營營地去刻意鑽營,人生的目標是盡量尋求 "สนุก (sanook) 快樂、樂趣"。泰國人喜歡掛在嘴上的口頭禪是 "ไม่เป็นไร (maipenrai)",意思是"沒關係"、"別在意"。

對沒輒的事情傷神無益,泰國人最推崇的人格特質就是 "ใจเย็น (jai yen) 冷靜、鎮定",也就是要時時保持一顆冷靜的心,煩惱和嗔怒皆不形諸於外。這種價值觀充分反映出佛教文化的影響力,務求個人超脫私慾和我念。因此,就能對任何事情有這種 "ไม่เป็นไร (maipenrai)" 的包容態度。傳統的佛教價值觀仍然是泰國人生活的理念。

第六課　特殊元音的運用
บทที่ ๖　การใช้สระพิเศษ

四個特殊元音 อักษรพิเศษ ๔ ตัว

泰語共有 32 個元音，我們已經學習了 9 個長元音：**อา　อี　อื　อู　เอ　แอ　โอ　ออ　เออ** 和 3 個複合長元音：**เอีย　เอือ　อัว**。現在我們再學 4 個特殊元音，它的特殊是因爲它既不屬於長元音，也不屬於複合長元音。這 4 個特殊元音是：**อำ　ใอ　ไอ　เอา**，其發音的特點如下：

◎元音	名　稱	發音特點
-ำ(am)	**สระอำ**	發音時口形由 -ะ 滑到 ม，形成 -ำ，叫做 **สระอำ**。
ใ- (ai)	**สระใอ**	發音時口形由 -ะ 滑到 อี，形成 ใ-，叫做 **สระใอไม้ม้วน**。
ไ- (ai)	**สระไอ**	發音時口形由 -ะ 滑到 อี，形成 ไ-，叫做 **สระไอไม้มลาย**。
เ-า (aw)	**สระเอา**	發音時口形由 -ะ 滑到 อู，形成 เ-า，叫做 **สระเอา**。

在這四個特殊元音中，特殊元音 **ใ-** 和 **ไ-** 是同音，但用法不同。**ใ-** 只用在 20 個詞語裡，其他全用 **ไ-**。有時 **ใ-** 與 **ไ-** 和同一個輔音拼合，發音一樣，但意思完全不同。這 4 個特殊元音一般沒有收尾輔音，但 **ไ-** 的後面有時要多寫一個字 **ย**，而寫成 **ไ-ย**，其音仍然不變。這類詞語也並不多，常見的有：

ไชย　更好／更繁榮／贏／勝利
ไทย　泰族／泰國／自主／自由獨立
โภไคย　資財／財物
ไลย　門閂／門栓／美味／粘性食物

拼音　ผันเสียง

4 個特殊元音與低輔音相拼合時，可以拼合出中平調，同樣也只能拼切 3 個聲調。拼音的方法，例如：ใช้，發出 ช 音，然後滑到 ใ–，得出 ใช，再加上聲調 ˊ，即是 ใช้。

低輔音與特殊元音的拼合　อักษรต่ำผันเสียงกับสระพิเศษ

◎	ค(kh)	ง(ng)	ช(ch)	ซ(s)	ท(t)	น(n)	พ(p)
-ำ (am)	คำ	งำ	ชำ	ซำ	ทำ	นำ	พำ
ใ- (ai)	ใค	ใง	ใช	ใซ	ใท	ใน	ใพ
ไ- (ai)	ไค	ไง	ไช	ไซ	ไท	ไน	ไพ
เ-า (aw)	เคา	เงา	เชา	เซา	เทา	เนา	เพา

◎	ฟ(f)	ม(m)	ย(y)	ร(r)	ล(l)	ว(w)	ฮ(h)
-ำ (am)	ฟำ	มำ	ยำ	รำ	ลำ	วำ	ฮำ
ใ- (ai)	ใฟ	ใม	ใย	ใร	ใล	ใว	ใฮ
ไ- (ai)	ไฟ	ไม	ไย	ไร	ไล	ไว	ไฮ
เ-า (aw)	เฟา	เมา	เยา	เรา	เลา	เวา	เฮา

聲調 เสียงวรรณยุกต์

泰語聲調的高低是由元音來決定的，聲音的高低的不同，它的意思也就完全不同。但有些詞語的讀音和書寫完全不一樣，這種特殊的現象並不多，我們要加以留意。特殊元音裡就有這種情況出現。

4 個特殊元音是短音，也是重音的元音，是比較特殊的，所以發音也較特殊；例如：**น้ำ** 讀作 **น้าม**，**ใช้** 讀作 **ช้าย**，**ไม้** 讀作 **ม้าย**，**เท้า** 讀作 **ท้าว**，這些詞語寫的是短音，但實際讀是長音。所以 **นำ ใช่ ไม่ เช่า เท่า** 等都是要讀短元音，而 **น้ำ ใช้ ไม้ เช้า เท้า** 等都要讀長音，這些特殊情況都需要我們加以留意。

低輔音與長元音的拼合，低輔音與特殊元音的拼合，以及低輔音與長元音相拼合並以輔音收尾音，聲調的變化情況，舉例如下：

中平調— **นวม นา นาน เนิน แนว ใน**

升降調— **ม่วง ม่าน เมื่อ เมื่อย แม่ ไม่**

高平調— **ช้อน ช้า ช้ำ ช้าง เชื้อ ใช้**

低輔音與特殊輔音相拼合時，可以拼切出中平調，只可能拼切出 3 個聲調，即是：中平調、升降調和高平調。例如：

คำ	**ค่ำ**	**ค้ำ**	＊	**นำ**	**น่ำ**	**น้ำ**
ยำ	**ย่ำ**	**ย้ำ**	＊	**ใช**	**ใช่**	**ใช้**
ใน	**ใน่**	**ใน้**	＊	**ใย**	**ใย่**	**ใย้**
เชา	**เช่า**	**เช้า**	＊	**เทา**	**เท่า**	**เท้า**

คำ	詞／詞語／語句／音節
ค่ำ	晚／夜晚／日暮
ค่ำนี้	今天晚上
เงา	影／陰影／映象／光亮
ไง	(口語)怎樣／怎麼／如何
ชำนาญ	純熟／熟練／精通
ชำร่วย	幫助人／報酬／饋贈
ช้ำ	瘀傷／有傷痕／青紫
ช้ำใน	內傷／瘀傷
เช่า	租／租賃／買賣聖物
ค่าเช่า	租金
เช้า	早／早晨／上午
ใช่	是／對
ไม่ใช่	不是／不對
ใช้	用／使／運用／實施／償付
ใช้เงิน	花錢／用錢
ซ้ำ	重／重複／還要／更加／而且
เซี่ยงไฮ้	上海
ทำ	做／辦／製造／舉行／執行
ทำงาน	工作／辦公／上班／勞動
ทำนอง	方式／作風／格調

ทำไม	爲什麼／爲何／何故
เทา	灰色
เท่า	相等／倍／多麼／灰燼
เท่าไร	多少／幾何
เท้า	腳／足／腿
รองเท้า	鞋／鞋子
ไทย	泰族／泰國／自由／獨立
เมืองไทย	泰國
นำเที่ยว	導遊
น้ำ	水／汁／液體／流質／光澤
น้ำชา	茶水
น้ำท่วม	水潦／水災／泛濫
ใน	裡／內／在……中／在……方面
ในนาม	名義上／以……的名義
ไพ่	賭錢牌
ไฟ	火／電燈／急切／如焚
ไฟฟ้า	電／電燈
เมา	醉／入迷／沉溺／暈／昏迷
เมาเรือ	暈船
ไม่	不／否
ไม่เท่าไร	不多／沒多少／淺薄
ไม่มี	無／沒有
ไม่รู้	不懂／不知道／永不／決不

ไม้	樹／樹木／木材／招數
ไม้เท้า	手杖／拐杖／拐棍
ยำ	涼拌／涼拌菜／摻和／尊敬
ใย	絲／纖維／潤澤／細嫩
ใยเทียม	人造纖維
รำ	糠／跳舞／舞／揮舞
รำคาญ	煩／厭煩／厭惡／無聊
ร่ำ	嘮叨／密擂／調製／大喝
ร่ำรวย	富裕／富有／發財
ร่ำลา	辭別／告別／告辭
เรา	我們／咱們／我／你
ไร	鳥蝨／募捐／什麼／隱約
เมื่อไร	什麼時候／幾時／何時
ไร่	旱地／山坡地／泰畝(菜)
ทำไร่	種旱地
ลำ	水道／架／艘
ลำไพ่	外快／額外收入
ลำไย	龍眼
ล้ำค่า	無價的／珍貴
เล่า	講述／念誦／再／反覆
เล่าเรียน	讀書／念書／求學
เล่าเรื่อง	講述事情
ไล่	趕／驅趕／追趕／開除

ไว   快／迅速／快捷／靈敏

ไวไฟ   易燃／容易着火

ไว้   放／置／保留／保存／存放

注釋　หมายเหตุ

1. **ทำไม**   疑問代詞，表示疑問的－為何／何故／為什麼？
   例如：**เธอทำไมเรียนภาษาไทย**   你為什麼學泰語？
   เราทำไมไม่ไปเซี่ยงไฮ้เล่า   我們為什麼不去上海呀？

2. **ไม่ค่อย**   副詞，不甚／不太，例如：
   รองเท้าคู่นี้ไม่ค่อยแพง   這雙鞋子不太貴。
   น้องชายไม่ค่อยมาเมืองไทย   弟弟不甚來泰國。

3. **ไม่....เลย**   相當於漢語 "一點也不"，表示強調，例如：
   ซอยนี้น้ำไม่ท่วมน้าชายไม่เชื่อเลย   這條巷水不泛濫舅
   舅一點也不信。
   แม่ลืมไว้ในร้านค้าเราไม่รู้เลย   母親忘記在商店，我們一
   點兒也不知道。

4. **ไว้**   動詞，用以説明保持或使其保持那種狀態，例如：
   เราซื้อรองเท้าไว้ใช้   我們買鞋子留着使用。
   น้องชายซื้อเทียนไว้   弟弟買蠟燭留着。

有關短語和句子 วลีและประโยคที่เกี่ยวข้อง

1. เธอทำงานเมื่อไร？ 你幾時工作？

2. แม่ใช้เงินร่วมร้อย 母親用錢近一百。

3. ร้านรองเท้าใช้ไฟฟ้า 鞋店用電燈。

4. คำนี้ไม่ใช่คำไทยแท้ 這個詞語不是真正泰語詞。

5. เธอทำไมไม่มาทำงาน 你爲什麼不來工作？

6. เพื่อนทำงานที่เมืองไทย 朋友在泰國工作。

7. ในซอยนี้น้ำไม่เคยท่วมเลย 這巷裡水不曾泛濫過。

8. เมื่อไรเพื่อนมาเที่ยวเมืองไทย 幾時朋友來泰國旅行？

9. รองเท้าร้านนี้ราคาไม่ค่อยแพง 這家鞋店價錢不甚貴。

10. เราควรลองใช้คำที่เราเพิ่งเรียน 我們應該試用我們剛
學過的詞語。

換詞講新句子 เปลี่ยนศัพท์พูดประโยคใหม่

請用括號裡的詞語組成短語：

1. เมื่อไร .... (ทำงาน ทำนา น้ำท่วม
ซื้อรองเท้า)

2. ราคาลำไย .... (แพง ไม่ค่อยแพง ไม่แพง)

3. ชาวไทย .... (ทำไร่ ใช้น้ำ ใช้ไฟฟ้า
ว่ายน้ำ ทำงาน)

4. เราทำงานที่ .... (ร้านค้า ร้านรองเท้า โรงไฟฟ้า)

5. ควรใช้ .... (ไฟฟ้า รองเท้า ไม้เท้า
เท่าไร คำไทย)

練習 แบบฝึกหัด

1. 掌握四個特殊輔音的拼音方法。

2. 掌握四個特殊輔音的聲調。

3. 掌握詞語、短句和句子。

4. 造句子：

    (1) เมื่อไร   (2) เท่าไร

    (3) ทำไม   (4) ไม่ควร

5. 填空：

    (1) ในร้าน.........

    (2) รองเท้าคู่นี้.........

    (3) เราไม่มีเงินมา.........

    (4) เราควรใช้ไฟฟ้า..........

    (5) น้องชายเคยมาเมืองไทย..........

6. 翻譯成中文：

    (1) ลำไยน่าทาน

    (2) รองเท้าคู่นี้ไม่แพง

(3) เมื่อไรมาซื้อเนยที่ร้านค้า

(4) น้องชายมาช่วยงานในร้าน

(5) เราเชิญเพื่อนมาทานน้ำชาเมื่อคืนนี้

7. 翻譯成泰文：

(1) 工廠裡用電。

(2) 這雙鞋子多少錢？

(3) 幾時你朋友來泰國？

(4) 弟弟昨天在河裡游泳。

(5) 你朋友講述旅遊清萊事情。

泰國佛教的生活方式

絕大部分的泰國人篤信小乘佛教,小乘佛教是由錫蘭(今斯里蘭卡)傳入的南方宗派最能傳承佛陀的原旨:不敬神靈,不宗聖徒,也沒有煩瑣儀式來規劃迎生送終等人生大事。驟聽起來似乎頗為嚴苛晦澀,但是泰國人信佛卻信得快活輕鬆,充分反映他們獨特的民族性。

泰國有二萬多間寺廟,在陽光下,寺廟那上了釉的紅色、綠色和黃色的瓦永遠是那樣閃耀發光,在那裡居住着五十多萬僧侶,以及無數的沙彌和女修行者。

佛教的前身是印度教,兩者均以輪迴轉世為宗旨。芸芸眾生皆入輪迴,轉世不息,但今生往往不殘留前世的記憶。肉體已朽的靈魂就如同殘燭的餘焰,在投胎轉世時又點燃了一根嶄新的蠟燭。佛教徒刻苦修行的目的是去接受現實,忘卻自我,終極目標是永不入輪迴,或者至少得為來世修得更多福報。消除我念,是免入輪迴並到達涅槃的法門;奉行眾善,便是為來世積德。

泰國人為積福報,對寺院的供養不遺餘力,慷慨捐贈金錢、食物和勞力,而寺院也相對地成為社區的核心,擔負起教育、社會福利、慈善救濟、甚至火葬的重責。及至年老,不少泰國的男女再度出家修行,在冥思禪坐中渡其餘生。

十一個高輔音 อักษรสูง๑๑ตัว

泰語輔音有 44 個字母，21 個形；其中低輔音有 24 個字母，只有 14 個形。在語言學裡，低輔音和高輔音算一個音，所以泰語只有 21 個音。低輔音的高音即是高輔音，高輔音共有 11 個字母，即：

ข(ฃ) ฉ ฐ ถ ผ ฝ ศ ษ ส ห，這 11 個高輔音有些是同音的，實際高輔音只有七個音素：

<u>ข(ฃ)</u> ฉ ฐ ถ ผ ฝ ศ ษ ส ห，其中 ฃ 已經停止使用，並以 ข 替代。高輔音的發音特點如下：

◎元音	名　稱	發音特點
ข (k)	ไข่(蛋)	是 ค 的高音，舌根軟顎塞音，利用舌根頂住軟顎，阻擋着氣流，然後讓氣流衝破阻礙發出音。
ฃ (k)	ขวด(瓶子)	發音同 ข 一樣，已經停止使用，並用 ข 替代。
ฉ (ch)	ฉิ่ง(銅鈸)	是 ช 的高音，舌面硬顎塞擦音，利用舌尖頂住硬顎，阻住氣流，讓氣流從舌面與硬顎之間衝破磨擦出音。
ฐ(th)	ฐาน(底基)	是 ท 的高音，舌端齒齦塞音，利用舌端頂住上齒齦，阻擋着氣流，讓氣流衝破阻礙爆

		發出音。
ถ(th)	**ถุง**(袋子)	發音同 **ฐ** 一樣。
ผ(ph)	**ผึ้ง**(蜜蜂)	是 **พ** 的高音，雙唇塞音，利用雙唇阻住氣流，讓氣流從中間爆發出音。
ฝ(f)	**ฝา**(蓋子)	是 **ฟ** 的高音，唇齒擦音，利用上齒齦觸下唇，使氣流從唇齒之間摩擦出音。
ศ(s)	**ศาลา**(涼亭)	是 **ซ** 的高音，舌端齒齦擦音，利用舌端頂住上齒齦，阻住氣流，讓氣流從舌端與齒齦之間摩擦出音。
ษ(s)	**ฤษี**(隱士)	發音同 **ศ** 一樣。
ส(s)	**เสือ**(老虎)	發音同 **ศ** 一樣。
ห(h)	**หีบ**(箱子)	是 **ฮ** 的高音，聲門擦音，利用舌根接近軟顎，阻住氣流，讓氣流從中間摩擦出音。

拼音 ผันเสียง

高輔音與長元音相拼合，高輔音與長元音相拼合並以清輔音收尾音，高輔音與特殊元音相拼合，都可以拼出第四聲調即上升調。例如：**ข**＋**า**＝**ขา**；**ข**＋**อ**＋**ง**＝**ของ**；**ข**＋**เ-า**＝**เขา**，其拼合情況如下：

高輔音與長元音及特殊元音相拼合
อักษรสูงผันเสียงกับสระเสียงยาวและสระพิเศษ

◎	ข(k)	ฉ(ch)	ถ(th)	ผ(ph)	ฝ(f)	ส(s)	ห(h)
−า(ar)	ขา	ฉา	ถา	ผา	ฝา	สา	หา
−ี(ee)	ขี	ฉี	ถี	ผี	ฝี	สี	หี
−ื(eu)	ขื	ฉื	ถื	ผื	ฝื	สื	หื
−ู(oo)	ขู	ฉู	ถู	ผู	ฝู	สู	หู
เ−(ea)	เข	เฉ	เถ	เผ	เฝ	เส	เห
แ−(ae)	แข	แฉ	แถ	แผ	แฝ	แส	แห
โ−(oh)	โข	โฉ	โถ	โผ	โฝ	โส	โห
−อ(or)	ขอ	ฉอ	ถอ	ผอ	ฝอ	สอ	หอ
เ−อ(er)	เขอ	เฉอ	เถอ	เผอ	เฝอ	เสอ	เหอ
เ−ีย(ia)	เขีย	เฉีย	เถีย	เผีย	เฝีย	เสีย	เหีย
เ−ือ(ua)	เขือ	เฉือ	เถือ	เผือ	เฝือ	เสือ	เหือ
−ัว(uw)	ขัว	ฉัว	ถัว	ผัว	ฝัว	สัว	หัว
−ำ(am)	ขำ	ฉำ	ถำ	ผำ	ฝำ	สำ	หำ
ใ−(ai)	ใข	ใฉ	ใถ	ใผ	ใฝ	ใส	ให
ไ−(ai)	ไข	ไฉ	ไถ	ไผ	ไฝ	ไส	ไห
เ−า(aw)	เขา	เฉา	เถา	เผา	เฝา	เสา	เหา

高輔音與長元音拼合並以清輔音為收尾音
อักษรสูงผันเสียงกับสระเสียงยาวและมีตัวสะกด

◎	ง(ng)	น(n)	ม(m)	ย(e)	ว(oo)
ข(k) −า(ar)	ขาง	ขาน	ขาม	ขาย	ขาว
ฉ(ch) −ี(ee)	ฉีง	ฉีน	ฉีม	----	ฉีว
ถ(th) −ื(eu)	ถึง	ถืน	ถืม	----	----
ผ(ph) −ู(oo)	ผูง	ผูน	ผูม	ผูย	----
ฝ(f) เ−(ea)	เฝง	เฝน	เฝม	----	เฝว
ส(s) แ−(ae)	แสง	แสน	แสม	----	แสว
ห(h) โ−(oh)	โหง	โหน	โหม	โหย	โหว
ข(k) −อ(or)	ของ	ขอน	ขอม	ขอย	----
ฉ(ch) เ−อ(er)	เฉิง	เฉิน	เฉิม	เฉย	----
ถ(th) เ−ีย(ia)	เถียง	เถียน	เถียม	----	เถียว
ผ(ph) เ−ือ(ua)	เผือง	เผือน	เผือม	เผือย	----
ฝ(f) −ัว(uw)	ฝวง	ฝวน	ฝวม	ฝอย	----

聲調 เสียงวรรณยุกต์

高輔音與長元音相拼合，高輔音與特殊元音相拼合，高輔音與長
元音相拼合並以清輔音收尾音的，都可以切出上升調，都只可以
拼切出三個調。

ขอ	要／索取／請求／祝願／鉤子
ขอยืม	借／借用
ของ	物／物品／東西／所屬 "的"
ขายของ	賣東西
ขาว	白／潔白／白淨
เขา	他／她／他們／人家／山
ภูเขา	山／山脈
ภูเขาไฟ	火山
เขิน	漆器／淺／隆起／尷尬
เขียน	寫／書寫／寫作／繪畫
เขียว	綠／青／發綠
แม่โขง	湄公河
แขน	胳臂／臂狀物
แขนยาว	長袖
ฉาย	陰影／照射／放映
ไฟฉาย	手電筒
เฉย	靜／不動／閑着／不理
เฉียง	斜／偏
เฉือน	切／割／剮
ถอน	拔／撤職／收回／解除／支取
ถอนเงิน	支款／取錢

ถอนเสา	拔柱子
ถาม	問／發問／提問／詢問
ถือ	拿／握／計較／忌諱／信奉
ถือว่า	認爲／以爲／視爲／當作
ถู	擦／搓／刷
ถูขา	擦腳／搓腳
แถว	排／行／列／一帶
โถ	帶蓋的罐子
ไถ	犁／耕／勒索
ผอม	瘦／瘦弱
ผัว	丈夫／老公
ผัวเมีย	公婆／夫妻
ผีร้าย	惡鬼／厲鬼
ฝา	蓋子／壁板／屏風／薄皮
ภาษา	語言／言語／情理／習慣
ภาษาไทย	泰語
ศาลา	涼亭／官署／廳堂
สวน	圃／園／種植園／迎面而過
สวนเสือ	老虎樂園
สวย	美／秀麗／優美／標誌
สวยงาม	美麗／漂亮／俊秀
สอง	二／兩／雙
สองแถว	兩排

สองเท่า	兩倍／雙倍
สอน	教／教授／講授／教導
สาม	三
สามี	丈夫
สายไฟ	電線
สาว	女／女性／處女／跨步
สาวสวย	美麗的姑娘
พี่สาว	姐姐
สี	色／顏色／顏料／擦／刷／拉
สีขาว	白色
สีเขียว	綠色
สูง	高／高聳／高尚／在上方
เสา	柱／杆
เสีย	壞／變質／損失／丟失／虧損
เสียของ	浪費物品／損壞東西
เสียงาน	誤事／耽誤工作
เสียง	聲／語音／爭論／票數
เสียงยาว	長音
ใส	清／清澈／透明／清脆
น้ำใส	清水
หัว	頭／頭部／根塊／精華
หา	找／搜索／探望／來往／指責
หาเงิน	謀取金錢／搵錢

หาย	丟／遺失／不見／痊癒
หู	耳朵
โมโห	生氣／發怒／惱火

注釋　หมายเหตุ

1. **เสียแล้ว**　副詞，用在消極動詞或形容詞之後，説明動作的消失，表示不愉快或失望。例如：
   เขาลืมมาเรียนเสียแล้ว　他忘記來學習了。
   ไฟฉายของพี่สาวหายเสียแล้ว　姐姐的手電筒不見了。

2. **ขอ**　動詞，要，討，索取。例如：
   ขอน้ำทาน　要水喝。**ขอเงิน**　要錢。
   用作謙辭，放在動詞之前，表示客氣，例如：
   ขอทานน้ำชา　喝茶。

3. **ของ**　名詞，物品，東西，例如：**ซื้อของ**　賣東西。
   介詞，表示所屬關係"的"，例如：
   เมืองไทยของเรา　我們的泰國。
   แมวสีเทาของน้องชาย　弟弟的灰色貓。

4. **ถือว่า**　動詞，認為，以為，視作，看作，例如：
   เขาถือว่าน้องสาวเขามีเวลา　他認為他妹妹有時間。
   เขาถือว่าเมืองไทยน่าเที่ยว　他認為泰國值得遊覽。

5. **ใน**　介詞，表示在一個範疇內，"在……裡""在……"，例如：
   ในร้านมีของใช้ขาย　店裡有用品賣。
   ในโรงเรียนมีภาษาไทยสอน　在學校裡有泰語教。

1. ภูเขาไฟสูง 火山高。

2. เขาเขียนสวย 他寫得美。

3. เขาเรียนภาษาไทย 他們學習泰語。

4. น้องสาวมาถอนเงิน 妹妹來提款。

5. ชาวเขาขายของแพง 山地人賣東西貴。

6. เมื่อวานนี้แม่เวียนหัว 昨天母親頭暈。

7. ไฟฉายของพี่สาวหาย 姐姐的手電筒不見。

8. สามีเคยสอนภาษาไทย 丈夫曾經教泰語。

9. ในสวนยางมีแมวสีเทา 橡膠園裡有灰色貓。

10. น้าชายเลี้ยงวัวไว้ไถนา 舅舅養黃牛以耕田。

講述事情 เรื่องเล่า

วีณาเล่าว่า เขามีพี่สาวชื่อ
ญาณี พี่สาวของวีณาสวยเขา
ขาว ผอม สูง มีสามีแล้ว
สามีของญาณีรวย เขามีสวน
มีไร่นา เมื่อวานซืนนี้ วีณาขอ
พ่อมาเที่ยวที่สวนของญาณี
พ่อเลยพาเขามาเที่ยวเมื่อวานนี้

維娜講述說：她有姐姐叫雅
妮，維娜的姐姐漂亮，她
白、瘦、高，有丈夫了。雅
妮的丈夫富有，他有園地，
有田地。前天，維娜請求父
親來雅妮的園地遊玩，昨天
父親就帶她來遊玩。

換詞說新句子 เปลี่ยนศัพท์พูดประโยคใหม่

請用括號裡的詞語組成短語：

1. แม่ค้าขาย..........(ของ ไฟฉาย เนย ไม้เท้า(手杖)
   แพง)

2. เขามีรองเท้าสี.........(ขาว เทา เขียว ม่วง ฟ้า
   เนื้อ)

3. น้องสาวไม่เคยเสีย........(เงิน งาน เวลา ชื่อ รู้(失
   策))

4. เขาขอเวลาถอน.........(คำ(改口) เงิน ชื่อ(除名)
   เสา)

5. น้าสาวมาขอยืม..........(เงิน ไฟฉาย ไม้เท้า
   เนย ชาม)

練習 แบบฝึกหัด

1. 掌握高輔音與各種元音的拼合方法。

2. 掌握高輔音與各種元音的聲調。

3. 掌握詞語、短語和句子。

4. 造句子：

   (1) ขายของ

   (2) เขียน

   (3) เสีย

(4)　สายไฟ

5.　填空：

(1)　สามีของเขา.........

(2)　เขาเคยถาม.........

(3)　ชาวเขาขายของ.........

(4)　น้องสาวของเขา.........

(5)　ไฟฉายของพี่สาว.........

6.　翻譯成中文：

(1)　น้าสาวทำสวนยาง

(2)　สามีเขาสอนภาษาไทย

(3)　เมืองไทยไม่มีภูเขาไฟ

(4)　พี่สาวขายเนยที่ศาลา

(5)　ไฟฉายของน้องสาวหาย

7.　翻譯成泰文：

(1)　灰色貓漂亮。

(2)　他不曾生氣。

(3)　他的妹妹高瘦。

(4)　他曾經問過我們。

(5)　他學泰語好久了。

8.　背誦"講述事情"。

泰國是水果王國

泰國地處中南半島的中心，屬熱帶國家，土地肥沃，物產豐富，不僅栽種出豐富的稻米和蔬菜，而且孕育出品種繁多的水果(ผลไม้ pohlamai)。由於天時地利的地利位置得天獨厚，很少有天災，人民普遍過着溫飽的生活，正如泰國諺語所説："ในน้ำมีปลา ในนามีข้าว (nainammeepla nainameekow) 水裡有魚，田裡有米。"

泰國素有"水果王國"之稱，凡到過曼谷的人都有這種感覺，曼谷的水果多來自外府，到泰國的人就萬萬不能放過享受各種水果的大好機會。最獨特的泰國水果包括：เงาะ (ngaw) 紅毛丹、มังคุด (mungkood) 山竹、ทุเรียน (too- rien) 榴槤。紅毛丹頗似荔枝、型小多刺、滋味極甜。山竹是果后，簡直是人間極品，剝下紫色的外皮之後，赫然是甘甜的無比的白果肉。榴槤是果王，體形大，外表像一枝長滿刺的手榴彈，果肉鮮美，為人稱道，但也有人吃不慣。

泰國四季鮮果不斷，長年水果有：香蕉、柑、橘、柚、西瓜、葡萄、木瓜、椰子、菠蘿、蕃石榴、波羅蜜等。季節性水果有：荔枝、龍眼、棗子、芒果、榴槤、山竹、紅毛丹等。近年來，泰國移植了一些溫帶水果，例如：草莓、蘋果、油桃等。

對輔音　อักษรคู่

對輔音就是低輔音中有的輔音發音和高輔音相對的或相近的，即是**發音部位相同**的。在低輔音中有 14 個，即：**ค ต ฆ ช ซ ฌ ฑ ฒ ท ธ พ ฟ ภ ฮ**，這些對輔音與高輔音形成 7 個**對輔音**，其相對的情形如下：

低輔音　อักษรต่ำ	高輔音　อักษรสูง
ค (ต) ฆ	ข (ฃ)
ช ฌ	ฉ
ซ	ศ ษ ส
ฑ ฒ ท ธ	ฐ ถ
พ ภ	ผ
ฟ	ฝ
ฮ	ห

低輔音中的某些輔音，發音和高輔音不一樣或者不相近的，即是發音的部位不相同，共有 10 個低輔音，即是；**ง ญ ณ น ม ย ร ล ว ฬ**，這些低輔音叫做**獨輔音**。發音都是較輕的，有些是半元音，因此這些低輔音可能和其他的輔音相結合。

聲調 เสียงวรรณยุกต์

我們已經了解到高輔音和長元音相拼合時，可以切出 3 個聲調，即是第四聲調即上升調，第一聲調即低平調，第二聲調即升降調。泰語是有 5 個聲調，四種聲調符號，但用得最多的是普通調 (沒有聲調符號)、第一聲調和第二聲調。

低輔音可以切出 3 個聲調，高輔音也可以切出 3 個聲調，而這低輔音和高輔音中有 7 對輔音，即是：**ค-ข ช-ฉ ท-ถ พ-ผ ฟ-ฝ ซ-ส ฮ-ห**，這些高輔音和低輔音合起來就可以切出 5 種聲調，其中有一個聲調高輔音和低輔音是相同的，但聲調符號不同，意思也完全不同。請看對輔音的聲調變化：

中平調 สามัญ	低平調 เอก	升降調 โท	高平調 ตรี	上升調 จัตวา
คา	ข่า	ค่า-ข้า	ค้า	ขา
ชาง	ฉ่าง	ช่าง-ฉ้าง	ช้าง	ฉาง
ซือ	สื่อ	ซื่อ-สื้อ	ซื้อ	สือ
ทอง	ถ่อง	ท่อง-ถ้อง	ท้อง	ถอง
พี	ผี่	พี่-ผี้	พี้	ผี
เฟือง	เฝื่อง	เฟื่อง-เฝื้อง	เฟื้อง	เฝือง
ฮอง	ห่อง	ฮ่อง-ห้อง	ฮ้อง	หอง

對輔音可以切出 5 個聲調，其中一個低輔音和高輔音的聲調是一樣的，但聲調符號不一樣，意思也完全不同。例如：

⑨ 低輔音 **อักษรต่ำ**	高輔音 **อักษรสูง**
ค่อน 大半／挖苦	**ข้อน** 捶打／棒槌
ค่อย 輕聲／逐漸	**ข้อย** 我／奴僕
ค่า 價	**ข้า** 僕人／臥
ฆ่า 殺	**ขี้** 糞／垢／渣／前綴:表示愛好
คี่ 單數／奇數	**เขี้ยว** 獠牙／犬齒／毒焰
เคี่ยว 熬／不斷／經常	**แข้น** 乾涸／堅硬
แค่น 央求／勉強	**ส้อม** 叉子／魚叉／削尖
ซ่อม 修理／削尖／補缺／叉子	**สู้** 鬥爭／比／努力
ซู่ 悚然／象聲詞	**เส้น** 線／條／筋／內線
เซ่น 祭祀／送人情	**แส้** 鞭子／拂塵
แซ่ 姓／宗族	**ถ้า** 如果／倘如
ท่า 碼頭／姿態／方式	**เถ้า** 灰燼／年邁
เท่า 相等／達到／多麼／倍	**ผู้** 人／者／員／雄性
พู่ 穗飾／流蘇	

詞語 **คำศัพท์** ⑨

ข้าง	邊／方面／旁邊／一隻
ข้างซ้าย	左邊／左方
ข้างล่าง	下面
ข้าม	超越／越過／跨過／渡過
ข้ามน้ำ	渡江／渡河
ข่าว	消息／新聞／音信
ข่าวร้าย	壞消息／噩耗／凶信

ข้าว	飯／米／大米／稻／穀
ทานข้าว	吃飯
เข้า	進／加入／就位／融洽
เข้าข้าง	偏袒／偏心／袒護
เข้าเรียน	入學／上課
แข้ง	小腿／脛
ไข่	蛋／卵
ไข้	疾病／發燒
มีไข้	發熱／發燒
ถ้วย	杯／盅
ถ้วยน้ำชา	茶杯
ถั่ว	豆／豆類
ถั่วเขียว	綠豆
ถ้า	如果／假如／倘若
ถ้ำ	山洞／岩洞
เถื่อน	野生／野蠻／非法
ผ้า	布／布料／紡織品
ผ้าฝ้าย	棉布
ผ่าน	通過／經過／過渡
ผู้	人／者／員
ผู้ชาย	男人／男子／漢子
แผงลอย	擺攤／攤販
ฝ่ามือ	手掌

ฝ่าย	邊／方面／宗派／部門
ส่วน	部分／成份／比例／分母
ส่วนน้อย	少數／小部份
ส้วม	廁所
ส้อม	叉子／魚叉／削尖
ช้อนส้อม	叉匙
สี่	四
สู้	鬥爭／抵抗／比／努力／奮力
เสื่อ	蓆子／草蓆
เสื้อ	衫／衣裳
เสื้อใน	內衣
เสื้อผ้า	衣服
ใส่	穿／戴／盛／放／加／擊
ใส่เสื้อ	穿衣
ห่อ	包／裹／包裝
ห้อง	房／室／心房
ห้องทำงาน	辦公室
ห้องน้ำ	浴室／衛生間
ห้องแถว	排屋／成排木屋
ห้า	五
ห้าถ้วย	五杯
ห่าง	稀／不密／疏遠／隔離
ห้าม	禁止／違禁／阻止／制止

แห้ง	乾／乾涸／渴／憔悴
คอแห้ง	喉嚨乾／口渴
ให้	送／贈／給／讓／允許
ให้เช่า	出租／供租賃
ขอให้	祝／祝願
ไห้	哭／泣
ร้องไห้	哭泣

注釋　หมายเหตุ

1. **ให้** 　副詞，放在狀語之前表示"使其"，例如：
   เรียนให้ดี 　好好學習。
   ทานข้าวให้น้อยน้อย 　少少地吃飯。

2. **เข้า** 　助動詞，表示趨向，表示催促，例如：
   เธอไวไวเข้า 　你快點兒。

3. **ห้าม** 　動詞，禁、禁止、禁忌、違禁；阻止、制止；例如：
   เขาห้าม 　　　人家禁止入內。
   โรงงานห้าม 　　　工廠禁止通過。

4. **ขอให้** 　動詞，希望、祝、祝願；例如：
   ขอให้เธอ 　　　祝你發財！
   ขอให้ 　　　　　　祝朋友有錢財！

5. **ถ้า** 　連詞，如果、假如、倘若；例如：
   ถ้ามีเวลามาเที่ยวเชียงราย 　如果有時間來昌萊遊玩。
   ถ้ามีเงินซื้อของมาเมืองไทย 　如果有錢買東西來泰國。

有關短語和句子 วลีและประโยคที่เกี่ยวข้อง

1. **โรงสีซื้อข้าว** 碾米廠買穀。

2. **ห้ามเข้าในสวน** 禁止進入園裡。

3. **น้องสาวขายเสื้อผ้า** 妹妹賣衣服。

4. **ข้างห้องมีร้านขายของ** 房子邊有賣東西店。

5. **แถวนี้มีห้องแถวให้เช่า** 這一帶有排屋出租。

6. **ข้างล่างมีห้องทำงานสองห้อง** 下面有兩間辦公室。

7. **เพื่อนเขาใช้ช้อนส้อมทานข้าว** 他朋友用叉匙吃飯。

8. **มีข่าวว่าชาวนาขายข้าวให้พ่อค้า** 有消息說農民賣穀給商家。

9. **ชาวเขาข้ามแม่น้ำมาขายของให้เรา** 山地人過河來賣東西給我們。

10. **เขาขายเสื้อผ้าที่แผงลอยในเชียงราย** 他在清萊的攤檔賣衣服。

換詞說新句子 เปลี่ยนศัพท์พูดประโยคใหม่

請用括號裡的詞語組成短語：

1. **เขาเข้ามาในห้อง**.........(นอน แถว โถง เรียน ส้วม)

2. **ทางโรงเรียนห้าม**.........(เข้า ผ่าน ใช้ เขียน

ขาย)

3. เขาเข้ามาข้าง.........(ล่าง   ใน   ห้อง   ร้านค้า
   โรงเรียน)

4. เขาใส่เสื้อแขนยาวสี.........(ขาว   ม่วง   น้ำเงิน
   เขียว)

5. ในห้องทำงานมีถ้วย..........(ข้าว   ชาม   น้ำชา)

講述事情 เรื่องเล่า   ◉

น้องสาวเรียนภาษาไทยที่โรง
เรียน   เขาเพิ่งเริ่มเรียนเขียนภาษา
ไทย   เขาลองเขียนเรื่องง่ายง่าย
ให้เพื่อน   เพื่อนของเขาทำงาน
ที่ร้านขายเสื้อผ้า   เพื่อนขาย
เสื้อผ้าไม่ค่อยแพง   เสื้อผ้าที่ร้าน
ของเพื่อนสวย   มีเสื้อสีขาว
สีเขียว สีเทา สีฟ้า สีน้ำเงิน
สีม่วง   เขาเคยซื้อเสื้อผ้าที่ร้าน
ของเพื่อนไม่น้อยแล้ว

妹妹在學校學習泰語,她
剛開始學寫泰語,她試着
寫簡單的事給朋友。她的
朋友在賣衣服店工作,朋
友賣衣服不甚貴,朋友店
的衣服漂亮,有白色、綠
色、灰色、天藍色、藍色、
紫色。她曾經在朋友店買
不少衣服了。

練習 แบบฝึกหัด

1. 掌握對輔音和獨輔音。

2. 掌握對輔音的聲調變化情況。

3. 掌握詞語、短語和句子。

4. 造句：

    (1) ให้เช่า   (2) ทานข้าว

    (3) ข้างซ้าย   (4) ช้อนส้อม

5. 填空：

    (1) เขาทานข้าว..........

    (2) เขาใช้ช้อนส้อม..........

    (3) ข้างล่างมีห้องทำงาน...........

    (4) น้องสาวเขาข้ามแม่น้ำโขง (湄公河) มา..........

    (5) เสื้อแขนยาวสีขาวของน้าสาว............

6. 翻譯成中文：

    (1) เช่าห้องให้น้องสาว

    (2) ที่โรงแรมมีห้องให้เช่า

    (3) เขียนภาษาไทยให้สวย

    (4) ผู้ชายสูงใส่เสื้อแขนยาว

    (5) เขาเรียนภาษาไทยในห้องเรียน

7. 翻譯成泰文：

    (1) 他去洗手間。

    (2) 泰國人用叉匙吃飯。

    (3) 他們在店裡包東西賣。

    (4) 這一帶沒有房間出租。

    (5) 他過湄公河來賣衣服。

8. 背誦"講述事情"。

道謝和致歉

道謝

泰國很注重禮貌方面的教育和培養，泰國人溫文爾雅是全世界都公認的。無論大人或小孩，職位和身份的高低，只要別人為自己做了事情，即使是很小的事或是其份內的事，都會説聲**"ขอบคุณ(kaubkoon)"**，以表示友好和鼓勵。**"ขอบคุณ"**用於下級對上級、晚輩對長輩或者陌生人之間，以表示禮貌和尊敬。**"ขอบใจ"**用於上級對下級、長輩對晚輩或者同齡人和朋友之間。但一般説，**"ขอบคุณ"**所表達的謝意和感激更為真誠。因此，泰國人無論職位高低、熟悉或者不熟悉都喜歡用**"ขอบคุณ"**。

致歉

"ขอโทษ(kautoot)"為"對不起"、"抱歉"的意思。向陌生人詢問或需請求時，常説**"ขอโทษ"**。**"ขอโทษ"**用得比較廣泛，**"ขออภัย (kau apai)"**也是"對不起"的意思，多用於正式場合或者表示鄭重的時候用。

"ช่วย (chuay)"為"幫助"、"幫忙"的意思。當有事請求別人幫忙，而對方年紀比自己小，身份比自己低時，在請求句前用**"ช่วย"**作前引。

第九課　"ห"前引字和聲調
บทที่ ๙　"ห"นำหน้าและเสียงวรรณยุกต์

前引字 "ห"　"ห"นำหน้า

在泰語的拼音方法中，我們學了開音節和閉音節，它是泰語的主要拼音方法。這裡我們再學另一種拼音方法，叫做**前引字**。前引字就是兩個輔音合用一個元音的，有的是一起發音，也有的是發兩個相似的音的。前引字的拼合方法有好幾種，我們先學 "ห" 前引字，這是前引字的最基本的拼音方法。

前面我們學了對輔音，即是低輔音和相應的高輔音在一起就可以拼合出五個聲調。而低輔音中的獨輔音沒有相應的高輔音，它們是：ง ญ ณ น ม ย ร ล ว ฬ，這些輔音在語言的實際運用中是可以拼切出五個聲調，但它沒有相應的高輔音。爲了拼寫出低輔音的第一聲調即低平調和第四聲調即上升調，用另外一些高輔音或中輔音放在這些低輔音之前，表示該低輔音按照高輔音或中輔音的發音規則發音，這種拼合方法叫做前引，而放在低輔音之前的字母叫做前引字。這 10 個低輔音中的獨輔音：ง ญ ณ น ม ย ร ล ว ฬ，用高輔音 "ห" 放在這些輔音之前，這種拼合方法叫做 "ห" 前引字。

"ห" 前引字，"ห" 本身不發音，被前引的低輔音要按照高輔音的規則發音。"ห" 前引字的拼合情況如下：

"ห" 前引字	讀音	拼合例
หง	讀 ง(ng)的高音	หงอย 消沉／寂寞／無聲氣 แหงน 仰臉／昂首／朝上
หญ	讀 ญ(y)的高音	หญ้า 草／草本植物 ใหญ่ 大／主要／重要
หน	讀 น(n)的高音	หนาว 寒／冷／凍／凜冽 เหนือ 北／北方／上段／高過
หม	讀 ม(m)的高音	หมาย 令狀／打算／預先 เหมือน 像／相像／好像
หย	讀 ย(y)的高音	หยาม 藐視／蔑視／侮辱 เหยี่ยว 鷹／鳶／銳利／鋒利
หร	讀 ร(r)的高音	หรือ 嗎／或者／還是 เหรียญ 硬幣／元／獎章
หล	讀 ล(l)的高音	หลาย 多／許多／好些／好像 เหลือ 剩／餘／多餘／留下
หว	讀 ว(w)的高音	หวาน 甜／嫵媚／晶瑩／清脆 แหวน 戒子／指環／環狀物

被 "ห" 前引的低輔音，只有：หง หญ หน หม หย หร หล หว，而 "ณ" 和 "ฟ" 在習慣上不用 "ห" 前引。

"ห"前引字的聲調　เสียงวรรณยุกต์ "ห"นำหน้า

以 "ห" 爲前引字，前引着低輔音的，拼合時是照着高輔音的拼合法則來讀音。以 "ห" 前引字與長元音和四個特殊元音相拼合時，以 "ห" 前引字與長元音相拼合並以清輔音收尾音時，都要讀第四聲調即上升調，只能拼合出三個聲調，第四聲調即上升調，第一聲調即低平調和第二聲調即升降調，例如：

หนา	หน่า	หน้า	*	หม	หม่	หม้
หยอน	หย่อน	หย้อน	*	ใหญ	ใหญ่	ใหญ้
หวาน	หว่าน	หว้าน	*	เหลา	เหล่า	เหล้า
ไหม	ไหม่	ไหม้	*	หร	หรี่	หรี้

"น"和"หน"，一個是低輔音，一個算是高輔音，合在一起就可以拼合出五個聲調，例如：นา น่า น้า，以及 หนา หน่า หน้า，兩者合起來，就便成以下五個聲調：นา หน่า น่า(หน้า) น้า หนา。

低輔音和前引字合起來可以拼合出五個聲調，其中有一個聲調是相同的，但聲調符號不一樣，意思也完全不同，例如：

低輔音 อักษรต่ำ	"ห"前引字 อักษร"ห"นำหน้า
น่า　可／令人／值得	หน้า　臉／表面／前面／季節
นี่　這	หนี้　債／債務
ไม่　不／否	ไหม้　燃／燒／燒焦
เล่า　講述／陳述／一再	เหล้า　酒

หญ้า	草／草本植物
หน่อไม้	筍／竹筍
หนอง	沼／沼澤／田湖／膿
หนองคาย	廊開府
หนองงูเห่า	農五好(眼鏡蛇沼)
หน่อย	稍微／一些／少許／一會兒
หนา	厚／濃厚／密／擁擠
หน้า	臉／表面／前面／封面／季節
หน้าร้อน	夏天／熱天
หน้าแล้ง	旱季
หน้าหนาว	冬季／冬天
ล้างหน้า	洗臉
สู้หน้า	面對面／對面相視
หนาว	冷／寒／凜冽
หนี	逃／逃遁／逃竄／逃逸
หนี้	債／債務
ใช้หนี้	還債／報恩
หมอ	醫生／學者／傢伙
หาหมอ	看醫生
หม้อ	鍋
หม้อข้าว	飯鍋

หมอน	枕／枕頭
หมอนทอง	金枕頭(良種榴槤)
หมา	狗
แม่หม้าย	寡婦／孀婦
หมื่น	萬
หมู	豬／簡單／容易
หมูหยอง	肉鬆
หมู่	群／隊／組／班／期間
หมู่นี้	最近／近來／近期
หย่า	離婚／停止／放棄
หรือ	嗎／或者
หรู	華麗／豔麗／華麗
หรูหรา	豔麗／華麗／堂皇／精緻
หลวง	國王的／公家的／主要的
งานหลวง	公家工作
เมืองหลวง	首都／京都
หล่อ	鑄造／俊俏／漂亮
หล่อน	他／伊／你
หลาน	孫／侄／外甥
หลานชาย	孫子／侄子／外甥
หลานสาว	孫女／侄女／外甥女
หลาย	多／許多／好些／好些
หลายเรื่อง	好幾件事

หวาน	甜／甜蜜／晶瑩／清脆
ของหวาน	甜品／甜食
หวี	梳／梳子
เหนือ	北／北方
เหนื่อย	累／勞累／疲倦／費勁
เผื่อเหนื่อย	以備勞累
เหมา	包／承包／斷定／武斷
เหมือน	像／相像／好像
เหยี่ยว	鷹／銳利／鋒利
เหรียญ	硬幣／元／獎章／勳章
เหล้า	酒
เหลือ	剩／餘／多餘／留／留下
เหลือง	黃
สีเหลือง	黃色
งูเหลือม	蟒蛇
แหลม	尖／尖利／銳利／尖銳
ใหญ่	大／重要／主要
ผู้ใหญ่	成年人／長輩／領導人
ส่วนใหญ่	大部份／大多數
ใหม่	新／新近／剛
เชียงใหม่	清邁
ไหม	蠶絲／罰錢／嗎
ผ้าไหม	絲／絲織品

ไหม้	燒／燃／燒焦／糊
ไหร่	什麼／怎麼
เท่าไหร่	多少／幾何
เมื่อไหร่	幾時／何時／什麼時候
ไหว	震動／急智／得／能夠
ไหว้	拜／合十／合掌致敬

注釋　**หมายเหตุ**

1. **หรือ** 語氣助詞，用在句末表示疑問，例如：
   หลานชายไม่มาเชียงใหม่หรือ? 孫子不來清邁是不是？
   หมูหยองของไทยไม่ใช่หรือ 泰國的豬肉鬆不是嗎？

2. **ใหม่** 副詞，新／新近／剛／再，表示從頭開始或再次。例如：
   เธอเขียนไม่สวยเพื่อนให้เขียนใหม่ 你寫得不好看朋友
   讓重新寫。
   หมู่นี้ไม่ว่างแล้วค่อยมาใหม่ 最近沒有空兒以後再來過。

3. **ที่ไหน** 名詞，哪裡／何處／什麼地方，用以表示疑問。例如：
   ที่ไหนมีหมูหยองขาย 哪裡有豬肉鬆賣？
   เขาเรียนภาษาไทยที่ไหน 他在哪裡學泰語？

4. **พอ......ไหม** 相當於漢語的"還行嗎""還能嗎""還可以嗎"，比
   較客氣地詢問對方時用，例如：
   พอมีเวลาเที่ยวเชียงใหม่ไหม 還能有時間遊覽清邁嗎？
   เธอพอเรียนภาษาไทยรู้เรื่องไหม 你還可以學習泰語明
   白嗎？

5. **เสียหน่อย** 副詞，一點兒／一些／一下子／一會兒，例如：
เรานาหาข้าวกิน**เสียหน่อย** 我們來找飯吃一下子。
หมู่นี้ว่างหาเวลาเรียนทวนภาษาไทย**เสียหน่อย** 最近
空閒找時間學習一下泰語。

6. **ใช่ไหม** 語氣助詞，"是嗎"用在句末，表示疑問，例如：
เขามาเมืองไทยแล้ว**ใช่ไหม** 他來了泰國了是嗎？
เขามาเที่ยวเชียงใหม่**ใช่ไหม** 他來清邁旅遊了是嗎？

有關短語和句子 วลีและประโยคที่เกี่ยวข้อง ⑨

1. นี่ที่ไหน 這裡是哪裡？

2. ผ้าไหมไทยสวย 泰國絲漂亮。

3. ขอเวลาหน่อยได้ไหม 給點兒時間可以嗎？

4. หมอใหม่เหนื่อยหน่อย 新醫生累一些。

5. โรงแรมที่เชียงใหม่หรูหรา 清邁的酒店華麗。

6. รองเท้าคู่ใหม่นี้ราคาเท่าไหร่ 這雙新鞋子價錢多少？

7. หน้าแล้งเมืองไทยร้อนหน่อย 旱季泰國熱一些。

8. หล่อนใส่เสื้อหนาวสีเหลืองใช่ไหม 她穿黃色寒衣不是
嗎？

9. เมื่อไหร่หลานสาวมาเยี่ยมแม่หนอ 幾時外甥女來探望
母親啊？

10. ย่ามีหลานชายทำงานที่หนองคาย 祖母有孫子在廊開
府工作。

講述事情 เรื่องเล่า ⊙

มาลีเล่าว่า เมื่อวานนี้น้องสาว
เขาเวียนหัว ท้องเสีย คอแห้ง
ไม่มีเสียง มีไข้สูง เขาเลยไม่มา
โรงเรียน เขาพาน้องสาวมาหาห
มอที่ร้านหมอข้างหน้าโรงเรียน

瑪麗講述道：昨天她妹妹
頭暈，腹瀉，喉嚨乾，沒
有聲音，發高燒。她就沒
有來學校，她帶妹妹來學
校前面的醫生店裡看病。

มาลีถามหมอว่า น้องสาวควร
ทานยาที่หมอเคยให้เขาไหมหมอว่า
ไม่ควรทาน หมอให้ยาใหม่
ยาของ น้องสาวมีหลายสี มีสีเหลือง
สีขาว สีเขียว
หมอไม่ให้น้องสาวมาโรง
เรียน ให้เขานอน หมอห้ามเขา
ใช้เสียง เขาทานยาใหม่ที่หมอให้มา
เมื่อวานนี้

瑪麗問醫生説：妹妹應該
吃醫生所曾經給的藥嗎？
醫生説不應該吃，醫生重
新給藥。妹妹的藥有有好
幾個顏色，有黃色、白色、
綠色，醫生不讓妹妹來學
校，讓她睡覺，醫生禁止
她用聲，她吃醫生昨天給
的新藥。

เมื่อเช้านี้ มาลีมาโรงเรียน
เพื่อนเพื่อนถามเขา เขาว่าน้องสาว
ของเขาหายเวียนหัว มีไข้ไม่สูงเท่า
ไหร่แล้ว

今天早晨，瑪麗來學校，
朋友們問她，她説她的妹
妹不頭暈，發燒不怎麼高
了。

換詞說新句子 เปลี่ยนศัพท์พูดประโยคใหม่

請用括號裡的詞語組成短語：

1. เขามีเงินเหลือ.........(ใช้ ที่ไหน ห้าหมื่น ไม่น้อย)

2. หน้าของหล่อนเหมือน..........(น้องสาว ชาวไทย ที่ไหน)

3. น้าสาวมาซื้อหม้อ..........(ข้าว น้ำ(鍋爐) ไฟ(火鍋) ยา)

4. เพื่อนมาเมืองไทยราวหน้า..........(หนาว ร้อน แล้ง)

5. น้องชายมาซื้อเหล้า........(ขาว โรง(白酒) เหมาไถ(茅台酒))

練習 แบบฝึกหัด

1. 掌握"ห"前引字字的拼音方法。

2. 掌握"ห"前引字的聲調。

3. 掌握詞語、短語和句子。

4. 造句：

   (1) หน้าหนาว   (2) หรูหรา

   (3) ส่วนใหญ่   (4) หน่อย

5. 填空：

   (1) หลานมาทางเหนือ..........

   (2) มีหมอใหม่มา..........

   (3) น้องสาวหน้าเหมือน..........

   (4) หลานชายมาเยี่ยม..........

   (5) หมู่นี้เขามีงานหลวง..........

6. 翻譯成中文：

   (1) ทางสายไหนใหม่ ?

   (2) ไฟไหม้หญ้าแห้งที่ไหน ?

   (3) หลานสาวมาไหว้ผู้ใหญ่

   (4) ผ้าไหมไทยนี้ราคาเท่าไหร่ ?

   (5) เมื่อไหร่มาเที่ยวหนองคาย ?

7. 翻譯成泰文：

   (1) 這間房子不太大。

   (2) 她有多少錢剩下？

   (3) 冬天北邊寒冷一些。

   (4) 他包租船來北邊遊覽。

   (5) 他的妹妹發燒去看醫生了。

8. 背誦 "講述事情" 。

曼谷唐人街

曼谷的耀華力路**ถนนเยาวราช** (tanon youwarart) 是泰國的 "唐人街"，為華人居住最密集的地方。泰國華人以潮州人為最多。在這條街上大小商店林立，各類商品應有盡有，金銀首飾店也集中於此，金器首飾式樣繁多，做工精細。這裡也是中國出口貨品的集散地。

泰國的鱷魚皮製品、鱷魚肉、魚翅、燕窩等產品聞名於世，在唐人街均可以買到。最負盛名的魚翅煲食店位於耀華力路中心鬧區。唐人街道兩邊的各類商店，多是華裔泰人經營。

夜間的唐人街還有夜市，專門出售各種海鮮食品，每天晚間各種典型的泰國佳餚，應有盡有，簡直像嘉年華會一樣，三五個朋友品嚐一下五花八門美食，也是人生的一種樂趣。

九個中輔音　อักษรกลางๆตัว

泰語有 44 個輔音，21 個音，我們學過 24 個低輔音，11 個高輔音，現在再學 9 個中輔音，44 個輔音就學完了，這些全都是單輔音。這 9 個中輔音是：ก จ ฎ ฏ ด ต บ ป อ，其中 ฎ 和 ด，ฏ 和 ต 相同音，中輔音實際只有 7 個音素，發音是不送氣的，都是塞音即爆發音，有的是清音(聲帶不振動的)，也有濁音(聲帶振動的)。發音的特點是：

◎ 輔音	名　稱	發音特點
ก(g)	ไก่(雞)	舌根軟顎塞音，舌根頂住軟顎，阻礙着氣流，然後讓氣流衝破阻礙而發出音。
จ(j)	จาน(盤)	舌面硬顎塞擦音，舌尖抵着齒背，舌面貼着硬顎，阻礙着氣流，讓氣流從舌面和硬顎間摩擦出音。
ฎ(d)	ชฎา(尖頂冠)	舌端齒齦塞音，舌尖接觸上齒齦，口腔充滿氣流，然後移下舌頭，讓氣流衝破阻礙而發出音。
ฏ(t)	ปฏัก(刺棍)	舌端齒齦塞音，舌尖頂住上齒齦，阻塞氣流，讓舌頭往下移，氣流從舌尖和上齒齦間發出音。
ด(d)	เด็ก(兒童)	發音與 ฎ 相同。

ต(t)	เต่า(烏龜)	發音與 ฏ 相同。
บ(b)	ใบไม้(樹葉)	雙唇塞音，雙唇閉合，形成阻礙，打開雙唇，讓氣流衝破阻礙發出音。
ป(p)	ปลา(魚)	雙唇塞音，雙唇緊閉，阻礙着氣流，立刻打開雙唇，讓氣流暴破出音。
อ(o)	อ่าง(盆)	聲門塞音，提高舌頭，雙唇稍圓，舌面往後抬起，聲門緊閉，讓氣流衝破成音。

泰語的 44 個輔音，21 個音素，已經學完了，它的順序是：

ก	ไก่	ฏ	ปฏัก
ข	ไข่	ฐ	ฐาน
ฃ	ขวด	ฑ	มณโฑ
ค	ควาย	ฒ	ผู้เฒ่า
ฅ	คน	ณ	เณร
ฆ	ระฆัง	ด	เด็ก
ง	งู	ต	เต่า
จ	จาน	ถ	ถุง
ฉ	ฉิ่ง	ท	ทหาร
ช	ช้าง	ธ	ธง
ซ	โซ่	น	หนู
ฌ	เฌอ	บ	ใบไม้
ญ	หญิง	ป	ปลา
ฎ	ชฎา	ผ	ผึ้ง

ฝ	ฝา		ว	แหวน
พ	พาน		ศ	ศาลา
ฟ	ฟัน		ษ	ฤๅษี
ภ	สำเภา		ส	เสือ
ม	ม้า		ห	หีบ
ย	ยักษ์		ฬ	จุฬา
ร	เรือ		อ	อ่าง
ล	ลิง		ฮ	นกฮูก

拼音 ผันเสียง

泰語是拼音的文字，一般的拼音方法是用兩個以上的音素結合起來，通常是一個輔音與元音的拼合，有時可以有收尾的輔音，也可以加上各種聲調符號。

中輔音與長元音、特殊元音相拼合時，所發出的聲調是中平調；中輔音與長元音相拼合並以清輔音收尾音時，也只拼出中平調，請看拼音表：

◎	ก(g)	จ(j)	ด(d)	ต(t)	บ(b)	ป(p)	อ(o)
–า(ar)	กา	จา	ดา	ตา	บา	ปา	อา
–ี(ee)	กี	จี	ดี	ตี	บี	ปี	อี
–ื(eu)	กื	จื	ดื	ตื	บื	ปื	อื
–ู(oo)	กู	จู	ดู	ตู	บู	ปู	อู
เ–(ea)	เก	เจ	เด	เต	เบ	เป	เอ

แ–(ae)	แก	แจ	แด	แต	แบ	แป	แอ
โ–(oh)	โก	โจ	โด	โต	โบ	โป	โอ
–อ(or)	กอ	จอ	ดอ	ตอ	บอ	ปอ	ออ
เ–อ(er)	เกอ	เจอ	เดอ	เตอ	เบอ	เปอ	เออ
เ–ีย(ia)	เกีย	เจีย	เดีย	เตีย	เบีย	เปีย	เอีย
เ–ือ(ua)	เกือ	เจือ	เดือ	เตือ	เบือ	เปือ	เอือ
–ัว(uw)	กัว	จัว	ดัว	ตัว	บัว	ปัว	อัว
–ำ(am)	กำ	จำ	ดำ	ตำ	บำ	ปำ	อำ
ใ–(ai)	ใก	ใจ	ใด	ใต	ใบ	ใป	ใอ
ไ–(ai)	ไก	ไจ	ได	ไต	ไบ	ไป	ไอ
เ–า(aw)	เกา	เจา	เดา	เตา	เบา	เปา	เอา

	ง(ng)	น(n)	ม(m)	ย(e)	ว(oo)
ก(g) –า(ar)	กาง	กาน	กาม	กาย	กาว
จ(j) –ี(ee)	จีง	จีน	จีม	----	จีว
ด(d) –ื(eu)	ดึง	ดีน	ดีม	----	----
ต(t) –ู(oo)	ตูง	ตูน	ตูม	ตูย	----
บ(b) เ–(ea)	เบง	เบน	เบม	เบย	เบว
ป(p) แ–(ae)	แปง	แปน	แปม	----	แปว
อ(o) โ–(oh)	โอง	โอน	โอม	โอย	โอว
ก(g) –อ(or)	กอง	กอน	กอม	กอย	----
จ(j) เ–อ(er)	เจิง	เจิน	เจิม	เจย	----
ด(d) เ–ีย(ia)	เดียง	เดียน	เดียม	----	เดียว
ต(t) เ–ือ(ua)	เตือง	เตือน	เตือม	เตือย	----

บ(b) –ัว(uw)	บวง	บวน	บวม	บวย	----
ป(p) –า(ar)	ปาง	ปาน	ปาม	ปาย	ปาว
อ(o) –ี(ee)	อีง	อีน	อีม	----	อีว

聲調 เสียงวรรณยุกต์

低輔音只可以拼合出三個聲調，高輔音也只可以拼合出三個聲調，而低輔音和高輔音合在一起就可以切出五個聲調。中輔音與長元音、特殊元音相拼合可以切出五個聲調；中輔音與長元音相拼合並以清輔音收尾音，也可以切出五個聲調，其聲調變化如下：　　◎

中平調，沒有聲調符號，　　　　　　例如：จา　เกา　เดียว。

低平調，聲調符號為第一聲調 ˋ，例如：จ่า　เก่า　เดี่ยว。

升降調，聲調符號為第二聲調 ˇ，例如：จ้า　เก้า　เดี้ยว。

高平調，聲調符號為第三聲調 ˜，例如：จ๊า　เก๊า　เดี๊ยว。

上升調，聲調符號為第四聲調 ＋，例如：จ๋า　เก๋า　เดี๋ยว。

◎ 中平調	低平調	升降調	高平調	上升調
เก	เก่	เก้	เก๊	เก๋
จอ	จ่อ	จ้อ	จ๊อ	จ๋อ
ตัว	ตั่ว	ตั้ว	ตั๊ว	ตั๋ว
ป่า	ป่า	ป้า	ป๊า	ป๋า
บาง	บ่าง	บ้าง	บ๊าง	บ๋าง
ตอน	ต่อน	ต้อน	ต๊อน	ต๋วน

เอียง	เอี่ยง	เอี้ยง	เอี๊ยง	เอี๋ยง
เปือย	เปื่อย	เปื้อย	เปื๊อย	เปื๋อย

詞語 คำศัพท์ ⑥

ก๋วยเตี๋ยว	河粉／粿條
ก่อน	先／預先／前／在……前
กาแฟ	咖啡
กางเกง	褲子
กีฬา	體育／運動
กี่	幾／多少／若干
กี่แก้ว	幾杯／幾玻璃杯
เกา	撓／搔／抓
เกาแขน	搔臂
เก่า	舊／老／前／古／故
เก้า	九
เก้าอี้	椅子
มาเก๊า	澳門
แก	你／他／她
แก่	老／熟／成熟／年老／濃烈
ไก่	雞
จองตั๋ว	訂票

จ้าง	粽子／雇佣
จ่าย	支付／供應／使用／購買
จำ	記住／記憶／鎖／禁／住
ใจ	心／心地／心意／心靈／心臟
ใจดี	好心／慈心／善心／慷慨
เข้าใจ	了解／明白
ด่วน	急／緊急／快／快速
ด้วย	也／亦／以／用／由於
ช่วยด้วย	幫助／拯救／救命
ดี	膽／好／良／善／美／平安
ดีใจ	高興／歡喜／喜悅
ดื่ม	飲／渴
ดื่มน้ำ	飲水／喝水
ดู	看／參觀／看管／查看／算
ดูแล	看管／管理／照料／料理
เดิน	走／進行／傳送／實行／安裝
ท้องเดิน	拉肚子
เดี๋ยวเดียว	一會兒
เดี๋ยวนี้	現在／目前／此刻
เดือน	月亮／月份
เดือนก่อน	上個月
แดง	紅／赤／暴露／錢
ได้	得／獲得／來臨／能夠／贏

ต้อง	碰／觸／符合／一定／必需
ต้องการ	要／需要／要求
ตอน	節／段／段落／閹割
ตอนบ่าย	下午
ตัว	自身／字母／個／隻
ต่าง	替代／差別／別的／各自
น้ำตาล	糖
ตู้เก่า	舊櫥／舊櫃
เตียงเดี่ยว	單人床
แต่งงาน	結婚
แต่งตัว	打扮／梳裝打扮
ใต้	南／下面／下方／在下的
บวม	腫／腫脹
บ่อย	常常／經常／時常／往往
บางที	有時／也許／可能
บ้าน	家／屋／住房／村／鄉
เบื่อ	煩／厭／膩煩／麻醉
ใบ	葉子／帆／頁／單／證書／單據
ป่วย	病／生病／患病
ป้า	姑母／姨母／伯母／大娘／大媽
ป้าย	牌／標牌／招牌／塗／抹
ปี	年／載／歲／生肖／屬性／年度
ปีก่อน	前年

ปู	蟹／螃蟹
ปู่	祖父／爺爺
เปื้อน	沾污／弄髒／骯髒
ไป	去／往／太／繼續／邊……邊……
อา	叔父／姑母
อาการ	狀態／狀況／舉動／舉止
อาเจียน	吐／嘔
อาหาร	食物／食料／伙食／飯菜
อ่าง	盆／缸／水庫／口吃
อ่าน	讀／看／閱讀／觀察／思量
อำเภอ	縣
อ่าวไทย	泰國灣
เอา	拿／取／帶領／要／用／有
เอาใจใส่	關心／關切／注意／用心
ไอ	水蒸氣／蒸氣／咳嗽

注釋　หมายเหตุ

1. **ต้อง** 助動詞，表示應該，必需，需要，一定，例如：
   เดือนหน้าต้องไปบ้านเพื่อน 下個月要去朋友家。
   น้องสาวต้องไปทานอาหาร 妹妹要去吃飯。

2. **ไม่กี่** 相當於漢語的"沒幾"，表示含有的數量少，例如：
   เมื่อไม่กี่เดือนมานี้ แกไปเมืองไทยบ่อย 這幾個月來，
   他經常來泰國。

เธอเดิน**ไม่กี่**นาทีมาที่บ้านอาชาย　你走路沒幾分鐘就來到
叔叔家。

3. **ด้วย**　副詞，也／一塊兒，例如：
น้องชายต้องไปเรียนภาษาไทย**ด้วย**　弟弟也需要去學習
泰語。
เขาต้องไปเที่ยวมาเก๊า**ด้วย**　他也要一起去澳門遊覽。

4. **ไปหน่อย**　副詞，稍微／一點兒／一些，例如：
เวลาเรียนภาษาไทยน้อย**ไปหน่อย**　學習泰語的時間少了
一點兒。
เขาต้องเดินเลยป้าย**ไปหน่อย**　他要走過標牌一些。

5. **ไป...มา**　相當於漢語"從某地回到原地"，用兩個動詞，前個動
詞是去，後個動詞是返回來，例如：
เพื่อนไปเที่ยวมาเก๊า**มา**　朋友去澳門玩來。
เขาไปเรียนภาษาไทยมา　他去學習泰語來。

6. **ไปด้วย**　相當於漢語的"一起去"、"同時間的"，例如：
เพื่อนทำงานแล้ว　แต่เรียนภาษาไทย**ไปด้วย**　朋友工作
了，但同時學習泰語。
เขาไปเที่ยวมาเก๊าเราเลย**ไปด้วย**　他們去澳門玩我們也一
起去。

1. **เขาเข้าใจแล้ว** 他明白了。

2. **เวลานี้กี่โมงแล้ว** 現在幾點了？

3. **เขาไปซื้อไก่ย่างมาให้ป้า** 他去買燒雞給伯母。

4. **เขาเอาใจใส่การเล่าเรียน** 他用心學習。

5. **เขาไม่เคยเบื่ออาหารเลย** 他沒有厭食過。

6. **ตอนบ่ายเราต้องไปดื่มกาแฟ** 下午我們要去喝咖啡。

7. **ป้าป่วยเขาต้องพาไปหาหมอ** 伯母病他要帶去看病。

8. **เดือนก่อนเขาไปเที่ยวอ่าวไทยมา** 上個月他去泰國灣
   **旅遊來。

9. **กางเกงของน้องสาวเปื้อนน้ำตาลหน่อย** 妹妹的褲子沾
   污了點兒糖。

10. **ในตู้มีแก้วน้ำหลายใบเราเอามาใช้ได้เลย** 櫥裡有好幾
    個玻璃杯可以拿來用。

เมื่อวานนี้ นายแดงไปงาน
แต่งงานของน้าชาย คืนนี้เขาไม่
ได้ไปไหน เลยนอนดูทีวีที่บ้าน
ราวราวสองยามเพื่อนบ้านเดินมาหา
เขาที่บ้าน เขาเชิญเพื่อนบ้านให้เข้า
มาข้างในบ้านก่อน เพื่อนบ้านว่า
เขาต้องการให้นายแดงช่วยเขาหน่อย
เขาไม่รู้ว่าเขาควรพาน้องชายไปหา
หมอที่ไหนดี น้องชายเขาท้องเดิน
อาเจียนด้วย

นายแดงขอเวลาแต่งตัวสองนาที
เขารู้ว่าหมอที่เขาไปหาใจดี เขาเลย
พาน้องของเพื่อนบ้านไปหาหมอที่เขา
ไปหาบ่อยบ่อย

昨天，乃頂赴舅舅的婚禮
來，今晚沒有到哪裡去，
他就躺在家裡看電視，大
約午夜鄰居走來家裡找
他，他請鄰居先進屋裡
來。鄰居説他需要乃頂幫
他一下忙，他不知道，他
應該帶領弟弟到哪裡看
醫生好，他弟弟拉肚子，
同時也嘔吐。

乃頂要兩分鐘穿衣的時
間，他知道他要去找的
醫生心地好，他就帶鄰
居的弟弟去看他經常看
的醫生。

請用括號裡的詞語組成短語：

1. น้องสาวแต่ง.......... (กาย งาน ตัว ร้าน หน้า)

2. เพื่อนเขาแก่.......... (ไข(改善) แค้น(報仇) ตัว(辯
   解))

3. เขาต้องเดิน.......... (ทาง เรือ เล่น(散步) แถว(列隊走))

4. เขาไปมาเมื่อเดือน.......... (ที่แล้ว เสี้ยว(月牙) หงาย(月明))

5. เขามาทานอาหาร.........(เบา(流食) ว่าง(小食) แห้ง(乾糧))

練習 แบบฝึกหัด

1. 掌握中輔音的拼音方法。

2. 掌握中輔音的聲調。

3. 掌握詞語、短語和句子。

4. 造句：

    (1) อาหาร   (2) ดื่มน้ำ

    (3) ดีใจ   (4) น้ำตาล

5. 填空：

    (1) ตอนบ่ายเขาต้องไป..........

    (2) เมื่อเดือนที่แล้วเขาเคยมา..........

    (3) เขาดีใจที่มีเพื่อน..........

    (4) อาสาวเดินเลยป้าย..........

    (5) เพื่อนบ้านแต่งตัว..........

6. 翻譯成中文：

   (1) บ้านเขามีเก้าอี้เก่าหลายตัว

   (2) เขาท้องเดินต้องไปหาหมอ

   (3) ป้าไปซื้อไก่ย่างมาหลายตัวแล้ว

   (4) เพื่อนบ้านดีใจที่ได้ทานอาหารไทย

   (5) เขาไม่เข้าใจว่าทำไมต้องเรียนภาษาไทย

7. 翻譯成泰文：

   (1) 現在幾點了？

   (2) 早上要飲咖啡。

   (3) 伯母生病要去看醫生。

   (4) 剛才妹妹去賣糖來了。

   (5) 他高興有朋友帶去遊覽。

8. 背誦 "講述事情"。

泰拳

泰國的古老自衛藝術是泰拳"มวยไทย (muaythai)"。泰拳是最具泰國特色的傳統體育運動之一。其歷史悠久，開始發展在幾百年之前，在泰國與緬甸的戰爭中，泰國阿育他亞王朝時期的國王帕納黎萱苦心設計出來健體防身的一套拳法。事實上，泰拳是一種體育，也是自衛的技術。拳手可以用身上的每一個部分，但禁止口咬、互吐口水，或者摟抱摔鬥，拳手在格鬥時可以用拳頭擊，用腳踢，推開，同時也可以用赤腳、腿、膝蓋、肘關節、肩胛以及拳頭戰勝對方。

泰拳在古代曾作為軍隊操練的表演，保留了很多複雜的儀式。泰拳的比賽分為 5 回合，每一回合 3 分鐘，每個回合之間休息 2 分鐘。拳擊手在開始比賽之前，要跪拜自己的出生地，在第一回合開始之前要向王宮方向行禮，然後在泰國的傳統音樂響起時跳古典戰舞，為賽場增添氣氛。泰國有尊師傳統，所以還要行拜師之禮。泰拳有嚴格的比賽規則，拳擊手手纏布，頭戴髮箍，上身赤裸，下着紅色、白色或藍色短褲。參賽者年齡在 40 之間，比賽中不准擊腳、肘和膝部，否則算犯規。

泰拳在阿育他亞時期的公元 1767 年被公開出來，當時有幾千個泰國戰俘被擄到緬甸的首都，有一天緬甸國王想看泰國人和緬甸人之間的拳鬥，泰國的代表是喀農棟(ขนมต้ม kanomtom)，他是泰國第一個出名的拳手，因為他一個人戰勝十個緬甸的拳手。緬甸國王甚至大聲地說："泰國人雖然個子小，但是個勇敢的鬥士，如果有好的領頭人，我們就不可能戰勝阿育他亞皇朝。"

事實上，泰拳曾經是國王的體育，有好幾個國王非常精通泰拳，例如：

สมเด็จพระนเรศวร(somdej pranaraysuan　帕納黎萱)

พระเจ้าเสือ (prajowsurah　帕昭素)

พระเจ้าตากสิน(prajowtaaksin　帕昭達信)，

他們勇敢、果斷，可以說是職業的拳手。

泰拳原是防身、進攻、鍛鍊身體的武道，培養人的修身、謙虛、純樸和自信。現在的泰拳已經傳遍世界各地，因為泰拳講求身體柔韌性，動作幅度大，可以鍛鍊全身肌肉，特別是手臂的肌肉、大腿和肚腩。

複合輔音　อักษรควบ

泰語的輔音按照發音的部位和特點分爲：中輔音、高輔音和低輔音。又可以從形式上分爲兩類，一類是單輔音，另一類是複合輔音。前面學過了單輔音，在這課裡我們要學習複合輔音。

單輔音是由一個輔音單獨構成的；**複合輔音**是由兩個輔音結合而成的，即是說兩個輔音結合在一起並發出雙重的聲音。發音時要由第一個輔音很快地滑到第二個輔音，中間沒有任何間隔，這種結合的輔音是作爲輔音的音素與元音相拼合的，這種輔音叫做複合輔音。

泰語的複合輔音分爲兩種，一種是**真正複合輔音**，另一種是**特殊複合輔音**。泰語的複合輔音的特點，若前一個輔音是塞音，即氣流通路緊閉然後突然打開而發出的輔音（爆發音），後一個音不是 **ร ล** 就是 **ว**；複合輔音也分爲中輔音、高輔音和低輔音三種，是哪種輔音是由前一個輔音字母決定的。下面我們分別加以說明。

真正複合輔音　อักษรควบแท้

真正複合輔音通常是前一個輔音是塞音（爆發音），即是 **ก ต ป；ค พ；ข ผ**，後一個是低輔音的 **ร** 或 **ล**，不然就是 **ว**，不可能是其他的輔音。

真正複合輔音也分爲三個部分，即複合中輔音、複合高輔音和複合低輔音，是什麼輔音要由前一個的輔音決定的，拼合的方法也同其他輔音一樣。複合輔音中的元音要寫在第二個輔音上方或者下方，聲調符號要寫在上方元音的上面。真正複合輔音全都是塞音，共有 15 個，其組合形式如下：

⊚	ร(r)	ล(l)	ว(w)
ก(g)	กร(gr)	กล(gl)	กว(gw)
ต(t)	ตร(tr)	---	---
ป(p)	ปร(pr)	ปล(pl)	---
ค(kh)	คร(khr)	คล(khl)	คว(khw)
พ(p)	พร(pr)	พล(pl)	---
ข(k)	ขร(kr)	ขล(kl)	ขว(kw)
ผ(ph)	---	ผล(phl)	---

複合輔音的拼合方法和單輔音一樣，可以以元音爲尾音，即開音節，也可以以輔音爲尾音，即閉音節。閉音節中的複合輔音的尾音中的清輔音也是：งน(ญ ณ รลฬ) มยว，其拼合方法也同單輔音一樣。例如：

⊚	ร(r)	ล(l)	ว(w)
ก(g)	กรำ(粗糙/硬)	กลาย(去年/變化)	กว้าง(寬廣/闊達)
ต(t)	เตรียม(預備/準備)	- - -	- - -
ป(p)	เปรี้ยว(酸/敢拼)	ปล่อย(放/放棄)	- - -
ค(kh)	เครื่อง(用具/器具)	คลื่น(波浪/反胃)	ความ(內容/事情)

พ(p)	พร้อม(齊/連同)	เพลง(曲/歌曲)	- - -
ข(k)	ขรัว(老翁/老僧)	เขลง(舒適/舒坦)	ขวาง(攔/妨礙)
ผ(ph)	- - -	ผลาญ(毀壞/破壞)	- - -

常見的複合輔音，例如：

กร-	กรอ	กรวย	กรอง	กร่อน	กร้าว	เกรง	เกรียม	โกร๋น
กล-	กลวง	กล้วย	กล้อง	กลัว	กล่าว	กล้าม	เกลี้ยง	เกลื่อน
กว-	กว่า	กวาง	กว้าง	กว่าน	กว้าน	เกวียน	แกว่ง	ไกว
ตร-	ตรวน	ตรอง	ตรอม	ตรา	ตรี	ตรู่	เตรียม	ไตร
ปร-	ปร่อ	ปรอย	ปราม	เปรม	เปรย	เปรียญ	เปรี้ยว	เปรื้อย
ปล-	ปล่อง	ปล้อน	ปล่อย	ปลา	เปล่ง	เปลี่ยน	เปลี่ยว	เปลื่อย
คร-	ครวญ	คร่อม	ครู	เคร่ง	เครื่อง	แครง	โครง	โคร่ง
คล-	คลวง	คล่อง	คล้อง	คล้าย	คลำ	คลี่	คลื่น	เคลื่อน
คว-	คว้า	ควาญ	คว้าน	ความ	ควาย	ควีน	เคว้ง	แค้วน
พร-	พรวน	พร่อง	พร้อม	พร้อย	พร้า	พร่าง	เพรียว	แพร่ง
พล-	พลวง	พลอย	พล่าน	พลาย	พลี	เพลง	เพลี่ยง	แพลง
ขร-	ขรัว							
ขล-	ขลวน	ขล้อ	ขลา	ขลู่	เขลง	เขลา	โขลง	โขลน
ขว-	ขวา	ขวาง	ขว้าง	ขวาน	ขวาย	เขว	แขวง	แขวน
ผล-	ผลา	ผลี	ผลือ	ผลู	เผลอ	เผลียง	แผลง	โผล่

特殊複合輔音 อักษรควบไม่แท้

特殊複合輔音不是真正結合的輔音，這種特殊結合的輔音也是兩個輔音結合在一起的，所結合的輔音一般是"ร"，只發前面輔音的音；或者其他的輔音。

另外有些外來語的譯音也是這一類的複合輔音，這種複合輔音通常是兩個輔音一起發音。下面分別加以說明：

1. **จร ซร ศร สร**

   是由 **จ ซ ศ ส** 與 **ร** 結合在一起成為特殊複合輔音，即：**จร ซร ศร สร**，而 **ร** 不用發音，例如：

จริง(จิง)	真／真正／真實／確實
จรูง(จูง)	吸引／誘惑／引誘／引逗
โซรม(โซม)	群集／糾集／相幫
ไซร้(ไซ้)	......的話
ศรี(สี)	吉祥／光芒／美好／發達
เศร้า(เส้า)	傷心／悲傷／憂愁
สร้าง(ส้าง)	建立／建設／創造
แสร้ง(แส้ง)	裝／佯裝／假裝／做作

2. **ทร** 是特殊複合輔音，是 **ท** 與 **ร** 的結合，讀作 **ซ**，拼合方法例如：

ทรวง(ซวง)	胸／胸膛／胸部／心
ทราม(ซาม)	下賤／卑賤／衰敗
ทราย(ซาย)	沙／沙子／沙狀物
โทรม(โซม)	頹廢／崩潰／瓦解

   ทร 通常讀作 **ซ**，但有時候 **ทร** 的發音是由 **ท** 滑到 **ร**，

這類詞語並不多，所能見到的有：

จันทรา(จัน-ทรา)　　月／月亮

นิทรา(นิ-ทรา)　　睡／睡覺／睡眠

สุนทรี(สุน-ทรี)　　美人／美女／女性

อินทรา(อิน-ทรา)　　因陀羅(天神之王)

3. **ดร บร ฟร ฟล** 這些兩個輔音結合在一起，發音時要由第一個輔音滑到第二個輔音，這類輔音多為英語外來語的譯音，是另一類的特殊複合輔音，其拼音方法例如：

ครีม(ครีม)　　奶油／乳脂／膏狀物

คลอรีน(คลอ-รีน)　　氯

ดรากอน(ดรา-กอน)　　龍

ดีกรี(ดี-กรี)　　度／次數／音階／程度

พลาซ่า(พลา-ซ่า)　　廣場／商場

ฟรี(ฟรี)　　自由／空閒／免費／白白

ฟลอร่า(ฟลอ-ร่า)　　花神

複合輔音聲調 เสียงวรรณยุกต์อักษรควบ

複合輔音的聲調和單輔音一樣，在 15 個複合輔音中，中輔音有 6 個，低輔音有 5 個，高輔音有 4 個。低輔音和高輔音同樣可以切出 3 個聲調，中輔音同樣也可以切出 5 個調，其聲調的變化例子如下：

คลีน	คลื่น	คลื้น้	＊	คลอง	ค่ลอง	คล้อง
พรำ	พร่ำ	พร้ำ	＊	พลาม	พล่าม	พล้าม
ขวาง	ขว่าง	ขว้าง	＊	โผล	โผล่	โผล้

กรอม　　กร่อม　　กร้อม　　กร๊อม　　กร๋อม
เตรียม　เตรี่ยม　เตรี้ยม　เตรี๊ยม　เตรี๋ยม
เปลียน　เปลี่ยน　เปลี้ยน　เปลี๊ยน　เปลี๋ยน

詞語 คำศัพท์　◎

กล้วย	蕉／容易
กล้วยไม้	蘭／蘭花
กลัว	怕／害怕／畏懼
กล้า	秧苗／勇敢／強／硬
กลาง	間／中間／中央／總部
กลางคืน	晚上／夜裡／夜間
ช้อนกลาง	公匙
กว่า	餘／多／比／較／過／等到
กว้างขวาง	寬廣／廣泛／闊達
เกรง	敬畏／畏懼／怕／耽心
เกรงใจ	客氣／見外／擔心爲難
เกลือ	鹽／食鹽／鹽類
แกล้ง	裝／假裝／故意／刁難
แกว่ง	擺動／搖動／揮舞／攪拌
ใกล้	近／鄰近／附近／快要／接近
ใกล้กว่า	近過
ไกล	遠／遙遠／遠離／長遠／久遠

ขวา	右
ขวาง	攔／阻礙／作梗／橫
ขว้าง	扔／投／拋／擲
แขวน	掛／懸掛／掛着
แขวนแปล	掛搖籃
ไขว่	交叉／交錯／混雜
ครู	教師／教員／教訓
ครูใหญ่	校長
คลอง	支流／溪／水渠
ลำคลอง	河／運河
คล่อง	順利／流暢／熟練／暢銷
คล่องแคล่ว	靈活／敏捷／熟練
คล้าย	像／好像／如同／近似
คลื่น	波浪／波濤／反胃
คว่ำ	翻倒／趴／推翻
ควาย	水牛／笨蛋
เครื่อง	器皿／器具／物品／用品
เครื่องเรือน	傢具
ใคร	誰／哪個人
เตรียม	預備／準備／預科
เตรียมเครื่องมือ	準備工具
เตรียมตัว	預備／準備／準備好
ทราย	砂／砂狀物

น้ำตาลทราย	砂糖
ปล่อยปลา	放生魚
ปลา	魚
ปลายเดือน	月底
ปลื้มใจ	歡欣／欣慰／快慰
เปรี้ยว	酸／敢／敢衝／講究
เปรี้ยวหวาน	酸甜／糖醋
เปลี่ยนแปลง	變化／改變／變革
เปล่า	空／白／無／沒有／免費
ข้าวเปล่า	白飯
แปรง	刷子／刷／擦
ผลาญ	使破產／毀壞／破壞
เผลอไผล	不留心／忽視／忽略
แผล	傷口／傷疤／潰瘍
แผลง	變更／變化／越軌／異常
โผล่	露出／冒出／出現／顯現
พร้อม	齊／齊備／齊全／連同
พร้อมเพรียง	齊備／齊心／一致
พลาง	邊……邊／同時／暫且
พล่าม	喋喋不休／囉哩囉嗦
เพลง	歌／歌曲／曲／曲調
เพลินเพลง	歌聲引人入勝
เพลีย	疲勞／疲倦／疲憊／乏力

เศร้าใจ	傷心／悲傷／難過
เศร้าหมอง	憂愁／悶悶不樂
สร้อยคอ	項鍊
สายสร้อย	鏈子
เสริมสวย	美化／美容

注釋　หมายเหตุ

1. **หรือเปล่า** 相當於漢語的"了嗎""了沒有"，表示疑問，要求對方回答"發生了"或"沒有發生"，例如：
เขาไปเรียนภาษาไทยหรือเปล่า 他去學泰語了沒有？
เมื่อวานเธอไปร้องเพลงมาหรือเปล่า 昨天你去唱歌來了嗎？

2. **กว่า** 介詞，表示程度、比較、多、超過，例如：
เชียงใหม่ไกลกว่ากรุงเทพฯ 清邁遠過曼谷。
เราเรียนภาษาไทยมากกว่าเขา 我們學習泰語多過他們。

3. **พลาง....พลาง....** 相當於漢語的"邊......邊......"，例如：
เขาเดินไปพลางร้องเพลงไปพลาง 他一邊走一邊唱歌。
ครูอ่านไปพลางเขียนไปพลาง 老師一邊讀一邊寫。

4. **ไม่....กว่า** 相當於漢語的"......不......過"，例如：
เขาเคยมาเยี่ยมเพื่อนไม่น้อยกว่าสองครั้ง 他曾經來探望朋友不少於兩次。
เขาร้องเพลงไทยไม่ด้อยกว่าคนไทย 他唱泰國歌不比泰

國人遜色。

5. **เตรียม....ไว้** 相當於漢語的"將......準備好"，例如：
เดี๋ยวน้องสาวมาทานข้าว เราต้องเตรียมอาหารไว้ 等
一會兒妹妹來吃飯，我們要準備好食品。
เที่ยงมีเพื่อนมาเที่ยวต้องเตรียมของหวานไว้เลี้ยง
正午有朋友來玩要準備好甜品款待。

有關短語和句子　วลีและประโยคที่เกี่ยวข้อง ◎

1. **ใครมาหาครูใหญ่** 誰來找校長？

2. **เขาร้องเพลงไทยเก่ง** 他唱泰國歌棒。

3. **กล้วยไม้ไทยสวยกว่า** 泰國蘭花漂亮過。

4. **น้องชายเตรียมตัวไปทำงาน** 弟弟準備去工作。

5. **เขาต้องทานปลาเปรี้ยวหวาน** 他要吃酸甜魚。

6. **กลางคืนเขาไม่กล้าไปไหนเลย** 夜間他不敢去哪裡。

7. **ปลายเดือนเขาต้องเปลี่ยนรองเท้า** 月底他要換鞋子。

8. **เขาแขวนสายสร้อยคอไว้ในห้องนอน** 他掛項鍊在睡房裡。

9. **ในลำคลองมีเรือพายขายก๋วยเตี๋ยวมา** 溪裡有船划來賣粿條。

10. **น้องสาวเขาต้องเข้าร้านเสริมสวยเรื่อย** 他妹妹要經常進美容院。

นายจางไม่เคยทานอาหารไทย
เลย เขาว่า เขาต้องไปลองทาน
อาหารไทยดู เขาไม่รู้ว่าไปทานที่
ไหนดี เมื่อก่อนเขาเกรงใจเพื่อน
เหลือเกิน เขากลัวว่าเพื่อนไม่เข้า
ใจเขาเวลาเขาถาม แต่เดี๋ยวนี้เขา
ไม่กลัวแล้ว

乃張(張先生)不曾吃過泰
國餐，他説，他要去嘗試
泰國餐看看。他不知道要
到哪裡去吃好？以前他非
常怕麻煩朋友，他怕朋友
在他問時不了解他，但現
在他已經不怕了。

นายจางถามเพื่อนว่า เขาต้อง
การลองทานก๋วยเตี๋ยวเรือ เขาควร
ไปทานที่ร้านไหนดี เพื่อนว่า
ควรไปทานที่ร้านขายก๋วยเตี๋ยวใกล้
ร้านกาแฟ นายจางไม่แน่ใจว่า
เขาควรทานก๋วยเตี๋ยวน้ำหรือก๋วย
เตี๋ยวแห้งดี เพื่อนว่า ถ้าไม่เคย
ทานเลย ควรลองทานก๋วยเตี๋ยว
น้ำก่อนดีกว่า

乃(先生)問朋友説，他需要
嘗試粿條，他應該去哪間
店吃好？朋友説，應該去
咖啡店附近的賣粿條店。
乃(先生)不敢肯定，他應該
吃湯粿條好還是乾粿條
好。朋友説，如果不曾吃
過，就應該先嘗試湯粿條
較好。

換詞說話 เปลี่ยนศัพท์พูดประโยคใหม่

請用括號裡的詞語組成短語：

1. พี่สาวเขาไปซื้อกล้วย..........(ไข่(香芽蕉) หอม
   หัวโต(粉白蕉))

2. เขามาบ้านพี่ชายตอนกลาง..........(คืน เดือน ปี)

3. บ้านของครูใกล้..........(คลอง แม่น้ำ โรงแรม โรงเรียน)

4. ในบ้านเขามีเครื่อง..........(ใช้ เงิน ทอง เรียน เล่น)

5. เขาเจอหน้าเพื่อนเมื่อปลาย.........(เดือน ปี)

練習 แบบฝึกหัด

1. 掌握複合輔音和拼合方法。

2. 掌握複合輔音的聲調。

3. 掌握詞語、短語和句子。

4. 造句：

    (1) เกรงใจ   (2) ปลายเดือน

    (3) ปลื้มใจ   (4) กลางคืน

5. 填空：

    (1) เขาไปปล่อยปลา..........

    (2) กลางคืนน้องสาวไม่กล้า..........

    (3) ปลายเดือนนี้เพื่อนต้อง.........

    (4) น้ำตาลทรายในร้าน..........

    (5) ร้านเสริมสวยใกล้..........

6.　翻譯成中文：

(1) ทางขวามือมีร้านเสริมสวย

(2) ไม่ไกลมีร้านขายเกลือหลายร้าน

(3) เขาร้องเพลงไทยได้เก่งกว่าเพื่อน

(4) ครูใหญ่ปลื้มใจที่ได้เตรียมงานไว้แล้ว

(5) ไม่รู้ว่าในร้านมีน้ำตาลทรายขายหรือเปล่า

7.　翻譯成泰文：

(1) 右手邊有美容店。

(2) 月中要準備好傢具。

(3) 他的泰語流利過朋友。

(4) 他經常工作但沒有疲倦。

(5) 母親問誰在溪流裡放生魚？

8.　背誦 "講述事情"。

泰國古法按摩

泰國正統古法按摩（**นวดแผนโบราณไทย** nuad panbohrahnthai），是依照人體脈穴道給予適當的刺激，而達到消除疲勞的目的。事實上這種按摩治病的方法已經有兩千多年的歷史了，即使是現代也仍然需要這種古法按摩。

曼谷有一間佛寺叫做越坡（**วัดโพธิ์** wutpo，香港人叫做臥佛寺）。佛寺用瓷磚裝飾得很堂皇，寺裡安放着大型的臥佛。在曼谷王朝一世王時期越坡第一次進行維修，自後多次維修和增建。泰國的按摩在古代，只是靠代代口授相傳，徒弟從師傅那裡學來的，有的比較難記的就被遺忘；為了保持這種藝術和古老的知識，三世王於公元 1836 年為利黎民衛生，聖諭收集這方面的藝術和學問儲存在越坡，那次收集的包括藥典、補藥藥方和按摩方法，除此以外還記載在 60 張石片上，說明身體上的神經線、按摩帶和點，以便治療各種酸痛。後來於公元 1906 年五世王又聖諭皇家醫生翻譯巴利文和梵文有關按摩的典籍。

越坡佛廳的迴廊記載着古代的藥方，還有泰國的歷史事件和風俗習慣。在佛塔的基部有傳統的醫學展覽館，展了出人體針灸穴位圖和以草藥製成的藥品。佛寺修建了多次，使之更堂皇，而且傳播着古法按摩，所以被譽為泰國的最早的公開大學。泰國正統古法按摩就是這個佛寺傳授的，現在仍然辦學傳授，有許多國家人士慕名而來學習。泰國古法按摩已經傳遍世界各地，而且被人認為是一種減肥塑身的辦法。

閉音節中的長元音以濁輔音收尾
ตัวสะกดสระเสียงก้องในพยางค์ปิด

泰語的基本拼音方法有兩種：一種是**開音節**，以元音爲收尾的音節；另一種是**閉音節**，以輔音爲收尾音的音節。閉音節有兩種情況，一種以清輔音爲收尾音，另一種以濁輔音爲收尾音。在長元音的閉音節中，以清輔音（ตัวสะกดเสียงไม่ก้อง，就是發音時聲帶不振動的）爲收尾音的，即是用 ง น(ญ ณ ร ล ฬ) ม ย ว 爲收尾音。現在我們再學習在長元音的閉音節中，以濁輔音（ตัวสะกดเสียงก้อง，就是發音時聲帶振動的）爲收尾音的，即是用 ก(กร ข ค ฆ) ด(จ ช ซ ฌ ฎ ฏ ฐ ฑ ฒ ต ถ ติ ตุ ถ ท ธ ศ ษ ส ชร ตร รถ) บ(ป พ ฟ ภ) 收尾音。在長元音的音節中，中輔音、低輔音和高輔音與長元音相拼合並以濁輔音爲收尾輔音時，發音都有所不同，其具體情況如下：

中輔音與長元音相拼合，並以濁輔音為收尾音時，發第一聲調，即低平調，例如：

กาก	雜滓／糟粕
กราบ	跪拜／船舷
ดูด	吸／抽／吸取

低輔音與長元音相拼合，並以濁輔音為收為音時，發第二聲調，即升降調，例如：

มาก	許多／大量

เรียบ	平坦／樸實
เลือด	血夜／血統

高輔音與**長元音**相拼合，並以**濁輔音為收尾音**時，發第一聲調，
即低平調，例如：

แขก	客人／來賓
เสียบ	插／串／穿
หาด	海灘／河灘

在**長元音的閉音節**中，以**濁輔音為收尾音**的情況，分別舉例說明
如下。

ก(g)　以 ก 為收尾輔音的還有 **กร ข ค ฆ**，其拼合時的發音情
況如下：

ตาก	曬／暴／淋／忍受
เลข	數／數字／號碼／算術
โชค	運／運氣／時運
เมฆ	雲
ฝาก	托／寄／委托／存放
เผือก	芋／芋頭

ด(d)　以 ด 為收尾輔音的還有 **จ ช ซ ฌ ฏ ฏ ฐ ฑ ฒ ต ถ ต**
ถท ธ ศ ษ ส ชร ตร รถ，其拼合時發音情況如下：

เกียจ	奸詐／作弊／懶惰
บวช	出家／剃度／削髮為僧／坑害
ก๊าซ	氣體／氣態／煤氣／瓦斯
นาฏ	舞女／女演員／女人／美女
อูฐ	駱駝
ฆาต	打／擊／殺／殺害／盡／盡頭

นาถ	靠山／庇護者／保護者
บาท	足／腳／根基／銖／小節
โรธ	阻止／包圍／關押／阻擋
เทศ	國家／地區／外國人／外來的
เศษ	餘／剩餘／瑣碎／餘數
มาส	月／月亮／豆
เพชร	金剛石／金剛鑽／鑽石
บาตร	僧鉢／鉢多羅
สามารถ	能夠／能力／幹練
แดด	陽光／日光

บ(b)　以 บ 為收尾輔音的還有 ป พ ฟ ภ，其拼合時發音情況
如下：

เงียบ	靜／安靜／寂靜／無聲
รูป	圖／畫／塑像／相貌／形式
ชีพ	生命／生活
โลภ	貪心／貪婪／貪得無厭
ยีราฟ	長頸鹿
แบบ	模型／典型／型／課本／單薄

閉音節中以濁輔音為收尾音的聲調
เสียงวรรณยุกต์ที่สะกดด้วยอักษรเสียงก้องในพยางค์ปิด

閉音節中的長元音以濁輔音 ก ด บ 為尾音拼合時，其特點是：

中輔音與長元音拼合，並以濁輔音收尾音時，讀第一聲調即低平調，
例如：**กาก กาด กาบ บาก บาด บาบ** 等，一般沒有什麼
聲調變化，但有些也可以加聲調符號，例如：**ก๊อก、ก๊าด、ก๊าบ** 等。

低輔音與長元音拼合，並以濁輔音收尾音時，讀第二聲調即升降調，例如：**คาก คาด คาบ พาก พาด พาบ** 等，一般沒有什麼聲調變化，但有些也可以加聲調符號，例如：**รู๊ต、วู๊ด** 等。

高輔音與長元音拼合，並以濁輔音收尾音時，讀第一聲調即低平調，例如：**ขาก ขาด ขาบ สาก สาด สาบ** 等，一般沒有什麼聲調變化，加不上聲調符號。

以濁輔音為收尾輔音的長元音的音節，一般都沒有聲調符號，即是說聲調的變化不大，當然例外的情況總是有的，這些例外的音節可以加上聲調符號，通常是象聲詞，還有一些是外來語，例如：

ก๊อก	水龍頭／象聲詞	**เก๊ก**	革除／開除／解僱
แก๊ป	帽／火帽／雷管／火藥紙	**จู๊ด**	快／迅速
โจ๊ก	稀粥／笑話／象聲詞	**บู๊ต**	長筒靴
รู๊ต	胭脂／口紅／根數	**วู๊ด**	象聲詞

在長元音的閉音節中以濁輔音為收尾音的拼合情況，如下表：

◎	中輔音 อักษรกลาง			低輔音 อักษรต่ำ			高輔音 อักษรสูง		
	ก(g)	ด(d)	บ(b)	ก(g)	ด(d)	บ(b)	ก(g)	ด(d)	บ(b)
−า(ar)	กาก	บาด	อาบ	ลาก	วาด	ราบ	ฉาก	ถาด	หาบ
−ี(ee)	อีก	ดีด	บีบ	ซีก	มีด	รีบ	ฉีก	ขีด	หีบ
−ื(eu)	กืก	จืด	อืบ	คืก	มืด	ทืบ	ขืก	ฝืด	สืบ
−ู(oo)	ปลูก	ตูด	จูบ	ลูก	พูด	ลูบ	ถูก	ขูด	สูบ
เ−(ea)	เกก	เจด	เบด	เลข	เพศ	เทพ	เขก	เศษ	เหบ
แ−(ae)	แจก	แดด	แบบ	แลก	แวด	แทบ	แขก	แฝด	แสบ
โ−(oh)	โจก	โดด	โอบ	โลก	โพด	โลภ	โฉด	โสด	โฉบ
−อ(or)	กรอก	บอด	ตอบ	ซอก	มอด	รอบ	ศอก	ถอด	สอบ

เ-อ(er)	เบิก	เกิด	เปิบ	เลิก	เทิด	เนิบ	เศิก	เถิด	เฉิบ
เ-ีย(ia)	เปียก	เกียจ	เตียบ	เรียก	เคียด	เงียบ	เฉียก	เสียด	เหยียบ
เ-ือ(ua)	เกือก	เดือด	เกือบ	เชือก	เลือด	เคลือบ	เผือก	เผือด	เหลือบ
-ัว(uw)	บวก	ปวด	จวบ	ลวก	ลวด	ควบ	สวก	สวด	ขวบ

"อ"前引低輔音"ย"　"อ"นำหน้าอักษรต่ำ"ย"

在泰語的拼合方法中，除了基本拼音方法開音節和閉音節外，我
們前面學的前引字的拼音也是基本的拼音方法。前引字的拼音方
法是有不同的形式的，我們已經學過的高輔音"ห"前引低輔音，
"ห"本身不發音，被前引的低輔音要按照高輔音的規則來發音。
我們在這裡要學的以中輔音"อ"前引的低輔音"ย"，發音方法同
"ห"前引字一樣，但要按照中輔音的發音規則發音。"อ"前引低輔
音"ย"只有 4 個詞語，即是：

อย่า(หย่า)　助動詞／別／休／莫／勿／不要
อยาก(หยาก)　想／想要／需要／渴望／希望
อย่าง(หย่าง)　樣／種／式／般／結構助詞 "地"
อยู่(หยู่)　居住／生活／存在／放在／處於／助動詞 "着"

詞語　คำศัพท์　⑨

กรอบ　　框子／酥／脆／極其
หมี่กรอบ　脆炒麵
กวาด　　掃／打掃／用藥在口腔塗抹
เกลียด　　討厭／厭惡／憎惡／憎恨

เกือบ	快要／幾乎／差點兒
โกรธ	生氣／發怒／惱火
ขวด	瓶子／樽
ปากขวด	瓶口／瓶嘴
ขอบ	邊／沿／邊沿／邊緣
ขอบใจ	謝謝(長輩對晚輩或平輩)
ขอบถาด	托盤框
ครอบ	蓋／罩／套／罩兒
ครอบครัว	家庭／家眷／結婚／戶
คลอด	分娩／生產
เกียจคร้าน	偷懶／懶惰／懶散
แคบ	狹窄／狹隘／狹小
เงียบ	靜／安靜／悄悄／無聲
จาก	亞塔椰子／分別／分離／從自
จีบ	折疊／折邊／收圓／求愛
จืด	淡／清淡／平淡／淡薄
ฉากแรก	首幕／第一幕
ฉีกหมวก	撕帽子
ชอบ	喜歡／愛／合乎／應當／良
เชือก	繩／索
เชือกขาด	繩斷
โชค	運／運氣／時運
ดอกไม้	花／花朵

แดด	陽光／日光
ตรวจ	檢查／核查／檢驗
ตอบ	回答／解答／回答／凹陷
แตก	破裂／分裂／分散／流出
ถอด	脫／拆開／仿效／撤職
ถูก	觸／合乎／被／正確／廉價
ทราบ	知／知道／曉得
ทอด	油炸／投／伸／放／段
ทอดเผือก	炸芋頭
โทษ	犯罪／刑罰／害處／責怪
ขอโทษ	對不起／請願諒
นอก	外／外面的／外地的
นอกจาก	除外／除非／除......以外
นาค	龍／巨蟒／削髮準備爲僧
บอก	告訴／通知／指教／教導
ลำบาก	困難／困苦／艱苦／費勁
บาท	足／腳／根基／銖
ปอด	肺／乾癟／害怕
ปาก	口／嘴
ปากกา	筆／鋼筆
ปิด	關閉／封／蓋／貼
เปิด	開／打開／公開／開始
เปรียบ	比／比較／好比／處於優勢

เปรียบเทียบ	對比／比較
แปด	八
แปลก	奇怪／古怪／陌生／差別
ผูก	捆／綁／結交／不排泄
ฝาก	托／委托／寄／存放／儲蓄
ของฝาก	禮物／手信
พลาด	失／失誤／延誤／偏離
พวก	派／伙／們／分子
พูด	說／發言／說話／講話
มาก	多／許多／繁多／大量
ยาก	艱難／辛苦／困難／貧困
รอบ	圍／周圍／圈／場／班
รอบโลก	環球／環繞地球
รีบ	速／急／趕快／趕緊
รูปภาพ	圖畫／圖片／畫片
เรียก	叫／喚／呼喚／稱呼／索取
เรียบร้อย	斯文／有秩序／妥善
โรค	病／疾病／症疾
เลิก	停止／取消／結束／揭開
แลกเปลี่ยน	交換／交流
โลก	地球／世界／人間／界
รอบโลก	環球／環繞地球
สอบ	考／考試／核對／檢查

หรอก	語助詞／用以加強語氣
หลอด	管／筒／條／支
หลีก	避／躲／閃／讓路／岔開
หาก	如果／假如／倘若
หาด	海灘／河灘
ชายหาด	沙灘
เหยียบ	踏／踩／踏入／達
อย่าบอกใคร	非常／十分
อยากน้ำ	口喝／想喝水
อย่างมาก	至多／充其量
อยู่เวร	值勤／值班／值日
อวด	誇口／誇耀／炫耀／顯示
ออก	出／離開／發給／制定／非常
อากาศ	天空／天氣／空氣
อาจ	勇敢／大膽／可能／也許
อาจหาญ	英勇／勇敢
อาชีพ	職業／行業／生計
อาบแดด	日光浴
อำนาจ	權／權力／能力／強國
โอกาส	時運／時機／機會／門路

注釋　หมายเหตุ

1.　**อยู่**　助動詞，表示動作還在進行，相當於漢語的"着"，例如：

เรากำลังพูด**อยู่** 我正在説着話。

เขาตากแดด**อยู่**ที่ชายหาด 他在海灘曬太陽。

2. **อาจ** 助動詞，表示"可能"、"也許"、"或許"，通常用在動詞之
前，例如：**เดือนหน้าเขาอาจไปเที่ยวรอบโลก** 下個月他
可能去周遊世界。

เขาอาจชอบชายหาดที่เงียบหน่อย 他可能喜歡安靜一點
的海灘。

3. **หรอก** 語氣詞，用在句末，表示強調的語氣，例如：
เธอทำอย่างนี้ไม่ได้หรอก 你這樣做不行啊！
เขาตอบไม่ถูกหรอก 他答得不對啊。

4. **ไม่ทราบ** 不知道，用在句末，表示相對方客氣地問話。例如：
เพื่อนเธอไปอาบแดดที่ไหนไม่ทราบ 不知道你朋友到
什麼地方去日光浴？
เมื่อไหร่จะมาเมืองไทยตากอากาศอีกไม่ทราบ 不知
幾時要再來泰國避暑？

5. **อยู่หน่อย** 相當於漢語的"有點兒"，例如：
เครื่องสำอางราคาแพงอยู่หน่อย 化粧品價錢貴了一點
兒。
น้องชายมีเงินอยู่หน่อย 弟弟有着一點兒錢。

有關短語和句子 วลีและประโยคที่เกี่ยวข้อง 🎧

1. **เขาไม่อยากอวด** 不想炫耀。

2. **เธอชอบอย่างไหน** 你喜歡哪樣？

3. ดอกไม้สวยอย่าบอกใคร 花朵非常漂亮。

4. เขาอยากตอบให้เราทราบ 他想回答讓我們知道。

5. เขากวาดบ้านเรียบร้อยแล้ว 他掃地妥當了。

6. เขามีครอบครัวอยู่ที่เมืองไทย 他在泰國有家庭。

7. เธอชอบมาตากแดดที่ชายหาด 他喜歡來沙灘曬太陽。

8. น้องสาวเขาชอบใจที่มีของฝากมาให้ 她妹妹滿意有手信送。

9. ถ้าหากว่ามีโอกาสเขาอาจไปเที่ยวรอบโลก 如果有機會他可能周遊世界。

10. น้องชายแลกเปลี่ยนเงินบาทไปใช้ที่เมืองไทย 弟弟換泰銖去泰國使用。

講述事情 เรื่องเล่า

นายจางมาอยู่เมืองไทยได้แปด
เดือนแล้ว เขาเขียนไปบอกเพื่อนว่า
อากาศที่เมืองไทยร้อนมาก ตอนเช้า
เขาต้องตื่นแต่เช้าเขาต้องรีบทานอา-
หารเช้า แล้วรีบเดินไปโรงเรียน

乃張(張先生)來泰國居住八個月了，他寫去告訴朋友說，泰國的天氣非常熱，早上他要很早起身，他要趕緊吃早餐，然後趕緊走去學校。

ที่โรงเรียน อากาศไม่ร้อนมาก
ตอนบ่ายเขาไม่ได้ไปไหนอยู่ที่บ้าน
ไม่ต้องไปโรงเรียนอีก แต่ต้องออก
ไปลองพูดภาษาไทย

在學校裡，天氣不太冷，下午他沒有去哪裡，在家裡，不須要再到學校去，但要出去試講泰國話。

เขาเขียนบอกเพื่อนด้วยว่า เขาอยู่ที่เมืองไทยไม่ลำบากเลย ครอบครัวที่เขาอยู่ด้วยใจดีมาก เขามีโอกาสได้ลองทานอาหารไทยหลายอย่าง เขาอยากให้เพื่อนมาเที่ยวเมืองไทยบ้าง

他也寫去告訴朋友説，他在泰國住一點兒也不困難，他所居住的家庭非常好心，他有機會品嚐好幾種泰國餐，他想讓朋友也來泰國旅遊。

換詞講新句子 เปลี่ยนศัพท์พูดประโยคใหม่

請用括號裡的詞語組成短語：

1. น้องชายเขาชอบ..........(อ่าน   เล่น   พูด   ร้องเพลง   ถาม)

2. เขาต้องไปตรวจ..........(ข้อสอบ   แถว   โรค   เลือด   สอบ)

3. เพื่อนเขาภาษาไทยพูดได้..........(เก่ง   เพราะ   มาก   คล่อง)

4. หลานชายเขาต้องฝาก..........(ข้อความ   ขาย   เงิน   เลี้ยง)

5. หลานสาวต้องออก..........(เงิน   เดินทาง   เที่ยว   ปาก)

練習 แบบฝึกหัด

1. 掌握濁輔音收尾音的拼讀方法。

2. 掌握濁輔音收尾音的聲調。

3. 掌握詞語、短語和句子。

4. 造句：

    (1) ขอบใจ   (2) ครอบครัว

    (3) ดอกไม้   (4) แลกเปลี่ยน

5. 填空：

    (1) เพื่อนชอบ..........

    (2) เขามีอาชีพ..........

    (3) น้องชายอยาก..........

    (4) เราไปเปิดร้าน..........

    (5) เขาไม่อาจมีโอกาส..........

6. 翻譯成中文：

    (1) หมี่กรอบถูกมาก

    (2) เขาไม่เคยลำบากมาเลย

    (3) มีโอกาสต้องเรียนภาษาไทยต่อ

    (4) เขาพูดภาษาไทยได้คล่องมากแล้ว

    (5) ครอบครัวของเขาอยู่ที่เมืองไทยนานแล้ว

7. 翻譯成泰文：

    (1) 他有家庭在鄉間。

    (2) 他不想再回答問題。

(3) 妹妹喜歡泰國蘭花。

(4) 這是他在泰國的地址。

(5) 你朋友去泰國日光浴了。

8. 背誦"講述事情"。

泰語

泰語 **ภาษาไทย** (parsarthai) 是泰民族的語言、是泰國的官方語言。泰語是歷史悠久古老的語言，是有聲調高低的語言，每個音節都有自己的聲調。泰語有五個聲調，即是中平調、低平調、升降調、高平調、上升調，每個音節的發音不能偏差，偏差就會使我們不明白那句話的意思。

泰語是屬單音的獨語，是屬於漢藏語系壯侗語族，其發音像廣東話，泰語有五個聲調，漢語只有四個，泰語中有入聲字，普通話沒有。而泰語與粵語相比，以上兩點則相同。泰語借用很多外來語，特別是巴利文、梵文其他鄰國的語言。

泰文是拼音文字，其特點是泰文拼寫時，元音可以在輔音的上下左右書寫。泰文字母大部份都有小圓圈，小圓圈是每個字的頭，寫時要從頭開始寫起，一筆寫成，寫兩筆的也有，但很少。泰語是素可泰王朝時期有的，於公元 1283 年藍甘亨大帝所創造的，是借鑑了高棉文、梵文、巴利文，以及孟文改造而成的。

泰文不斷地發展，至今泰文有 44 個字母和 32 個元音。

泰語輔音分為三部分，即是中輔音，低輔音和高輔音；泰語元音分為長元音和短元音。泰文有很多字母，增加記憶的艱難，為了區分和不混亂起見，每個泰語字母都有自己的名稱，我們應該背誦以下四言詩：

ก เอ๋ย ก ไก่   ข ไข่ ในเล้า

ฃ ขวด ของเรา   ค ควาย เข้านา

ต คน ขึงขัง   ฆ ระฆัง ข้างฝา

ง งู ใจกล้า   จ จาน ใช้ดี

ฉ ฉิ่ง ตีดัง   ช ช้าง วิ่งหนี

ซ โซ่ ล่ามที   ฌ เฌอ คู่กัน

ญ หญิง โสภา   ฏ ชฎา สวมพลัน

ฏ ปฏัก หุนหัน   ฐ ฐาน เข้ามารอง

ฑ มณโฑ หน้าขาว   ฒ ผู้เฒ่า เดินย่อง

ณ เณร ไม่มอง   ด เด็ก ต้องนิมนต์

ต เต่า หลังตุง   ถ ถุง แบกขน

ท ทหาร อดทน   ธ ธง คนนิยม

น หนู ขวักไขว่   บ ใบไม้ ทับถม

ป ปลา ตากลม   ผ ผึ้ง ทำรัง

ฝ ฝา ทนทาน   พ พาน วางตั้ง

ฟ ฟัน สะอาดจัง   ภ สำเภา กางใบ

ม ม้า คึกคัก   ย ยักษ์ เขี้ยวใหญ่

ร เรือ พายไป   ล ลิง ไต่ราว

ว แหวน ลงยา   ศ ศาลา เงียบเหงา

ษ ฤๅษี หนวดยาว   ส เสือ ดาวคะนอง

ห หีบ ใส่ผ้า   ฬ จุฬา ท่าผยอง

อ อ่าง เนืองนอง   ฮ นกฮูก ตาโต

附錄 ภาคผนวก

關於泰語拼音詞語
เกี่ยวกับคำศัพท์การสะกดภาษาไทย

พยัญชนะ 輔音/輔音字母
พยัญชนะเสียงก้อง 濁輔音
พยัญชนะเสียงไม่ก้อง 清輔音
อักษรต่ำ 低輔音
อักษรสูง 高輔音
อักษรกลาง 中輔音
อักษรคู่ 對輔音
อักษรเดี่ยว 獨輔音
อักษรควบ 複合輔音
อักษรนำหน้า 前引字
สระ 元音/母音/韻母
สระยาว 長元音
สระสั้น 短元音
สระเดี่ยว 單元音
สระผสม 複合元音
สระพิเศษ 特殊元音
เสียงวรรณยุกต์ 聲調
เสียงสามัญ 普通調
เสียงเอก 第一聲
เสียงโท 第二聲
เสียงตรี 第三聲

เสียงจัตวา 第四聲
วรรณยุกต์ 聲調符號
ไม้เอก 第一聲的聲調符號
ไม้โท 第二聲的聲調符號
ไม้ตรี 第三聲的聲調符號
ไม้จัตวา 第四聲的聲調符號
ไม้ไต่คู้ 短音符號
ไม้ยมก 疊音符號
ไม้หันอากาศ 上方元音符號
ไม้ทัณฑฆาต 不發音符號
การันต์ 即 ไม้ทัณฑฆาต 的別名
ไม้หน้า 前置元音符號
ไม้โอ "โ-" 元音符號
ไม้ม้วน "ใ" 元音符號
ไม้มลาย "ไ" 元音符號
ไปยาลน้อย 小省略號
ไปยาลใหญ่ 大省略號
พยางค์ 音節
พยางค์เปิด 開音節
พยางค์ปิด 閉音節
คำ 詞/語句

คำศัพท์ 詞語
วลี 短語/詞組
ประโยค 句子
บรรทัด 格/行
วรรค 句讀留空處

แถว 行
ตอน 段落
สะกด 拼合
สะกดยังไง 怎麼拼合？

食品 อาหาร

กระเพาะปลา 魚肚
ก๋วยจั๊บ 豬雜碎粉湯
เกาเหลา 涮肉湯
แกงกะหรี่ 咖喱湯
แกงไก่ 雞咖喱湯
แกงเขียวหวาน 青咖喱湯
แกงจืด 清湯/葷菜湯
แกงเผ็ด 紅咖喱湯
แกงเลียง 鱧魚辣湯
แกงส้ม 清酸湯
แกงเหลือง 黃酸湯
ฉู่ฉี่ 辣湯
ต้มโคล้ง 鹹魚酸湯
ต้มเปรต 酸辣鱔魚湯
ต้มยำ 酸辣湯／陰公湯
ต้มส้ม 酸湯
ซุป 肉湯
ต้มข่า 良薑煮雞

ไก่ผัดขิง 薑炒雞
ไก่ผัดเม็ดมะม่วงหิมพานต์
　　　腰果炒雞
ไก่ย่าง 燒雞
ไก่ห่อใบเตย 香葉包雞
เกี๊ยว 餃子/餛飩
ก๋วยเตี๋ยว 粿條
ขนมจีน 泰式米線
ข้าวซอย 清邁米粉絲
ขนมจีนน้ำยา 魚辣湯米線
ข้าวเกรียบปากหม้อ 蒸春卷
ข้าวต้ม 稀飯/湯飯
ข้าวสวย 大米飯/乾飯
ข้าวผัด 炒飯
ข้าวแช่ 冰鎮泡飯
ข้าวแกง 辣湯蓋飯
ข้าวขาหมู 豬腿肉飯
ข้าวคลุกกะปิ 拌蝦醬飯
ข้าวผัดกะเพรา 陵香葉炒飯

ข้าวมันไก่ 雞飯	เนื้อสวรรณค์ 果汁牛肉脯
ข้าวเม่า 薄青米	บะหมี่ 肉麵
ข้าวยำ 雜燴飯	บะหมี่หมูแดง 叉燒肉麵
ข้าวหน้าเป็ด 鴨飯	บาร์บีคิว 燒烤
ข้าวหมูแดง 叉燒飯	เบคอน 鹹豬肉/燻豬肉
โจ๊ก 粥	ปลาเค็ม 鹹魚
ไข่ต้ม 煮蛋	ปลาเจ่า 糟魚
ไข่เจียว 炒蛋	ปลาช่อนแป๊ะซะ 白煮鱧魚
ไข่ดาว 荷包蛋	ปลานึ่งมะนาว 檸檬蒸魚
ไข่ลวก 焯蛋	ปลาร้า 醃魚
ไข่แดง 蛋黃	ปลาราดพริก 甜酸辣魚
ไข่เค็ม 鹹蛋	ปีกไก่ย่าง 燒雞翅膀
ไข่เยี่ยวม้า 皮蛋	ปูจ๋า 蒸蟹肉蛋
ขิงดอง 醃生薑	ปูนึ่ง 蒸蟹
แคบหมู 炸豬皮	ปูผัดผงกะหรี่ 咖喱炒蟹
คอหมูย่าง 燒豬頸肉	ปูหลน 熬蟹
ต้มเค็ม 紅燒	เป็ดปักกิ่ง 北京烤鴨
เต้าเจี้ยว 豆醬	เป็ดตุ๋นมะนาวดอง 醃檸檬燉鴨
เต้าหู้ 豆腐	เป็ดพะโล้ 鹵水鴨
เต้าหู้ยี้ 豆腐乳／醬豆腐	เปรี้ยวหวาน 酸辣魚
ทอดมัน 炸魚餅	เปาะเปี๊ยะ 薄餅
ทอดมันกุ้ง 炸蝦餅	โป๊ะแตก 海鮮火鍋
เทมปุระ 炸蝦(日本食品)	ผัดกะเพรา 炒豬肉陵香葉
น้ำพริก 辣椒醬／甜辣湯	ผัดไทย 金邊炒粉
น้ำพริกกะปิ 蝦醬辣椒	ผัดผักบุ้งไฟแดง 烈火炒通菜
น้ำพริกเผา 油辣醬	ผัดผักรวม 炒雜菜
น้ำสลัด 色拉醬	พะแนง 炒辣菜

คะน้าน้ำมันหอย 蠔油炒芥蘭菜
คะน้าปลาเค็ม 醃魚炒芥蘭菜
จับฉ่าย 雜和菜
ผัดเผ็ดปลาดุก 鯰魚炒辣
ผัดพริกขิง 雞炒辣椒薑絲
พล่า 酸拌生肉
มัสมั่นไก่ 麻斯曼辣湯
ยำปลาดุกฟู 涼拌鬆脆鯰魚
ยำวุ้นเส้น 涼拌粉絲
ลาบหมู 菜包碎肉
ลูกชิ้นเนื้อ 牛肉丸
สตูว์ 燉
สเต็ก 牛排
ส้มตำ 木瓜色拉/木瓜沙律
สะเต๊ะ 烤肉串

สาคูไส้หมู 肉餡西米
สุกียากี้ 日本火鍋
ไส้กรอก 灌腸
ไส้อั่ว 臘腸
หมูกรอบ 脆肉
หมูกระเทียมพริกไทย
　　　　胡椒蒜頭煎豬肉
หอยลายผัดน้ำพริกเผา
　　　　辣醬炒花蜆
หมูแดง 叉燒
ห่อหมก 魚荷
หมูย่าง 燒豬
หอยทอด 煎蠔
ไข่ปลาคาเวียร์ 魚子醬
แซนต์วิช 三文治

人體 ร่างกายมนุษย์

หัว ศีรษะ　頭
กะโหลกศีรษะ 顱骨
ผม 頭髮
คอ 頸 脖子
ต้นคอ ก้านคอ 頸背
หน้า 臉／面
หน้าผาก 額頭
ขมับ 太陽穴
ตา 眼睛

ขนตา 眼毛
จมูก 鼻子
แก้ม 臉頰
หนวด 鬍子
เครา 鬍鬚
หู 耳朵
ติ่งหู 耳垂
ปาก 嘴巴
ริมฝีปาก 嘴唇

ฟัน 牙齒
ลิ้น 舌頭
เหงือก 牙齦
ขากรรไกร 顎
ลูกกระเดือก 喉核／喉結
คาง 下巴
ไหล่ 肩膀／肩胛
บ่า 肩
รักแร้ 腋窩／胳肢窩
เต้านม 乳房
หัวนม 乳頭
หน้าอก 胸腔／胸脯
แขน 手臂／胳膊
เอว 腰
หลัง 背 背後
สันหลัง 背樑／脊樑／脊背
ท้อง 肚子
สะดือ 肚臍
หัวหน่าว 恥骨
ตะโพก บั้นท้าย 臀部／屁股
ก้น 臀
ก้นกบ กระเบนเหน็บ 尾骨
ลำตัว 軀幹／身軀
ข้อศอก 肘關節
ข้อมือ 手腕

มือ 手
ฝ่ามือ 手掌
นิ้วมือ 手指
นิ้วหัวแม่มือ 拇指
นิ้วชี้ 食指
นิ้วกลาง 中指
นิ้วนาง 無名指
นิ้วก้อย 小指
เล็บมือ 指甲
ขา 腿
ต้นขา 大腿／股
ขาอ่อน 大腿
น่อง 小腿
หัวเข่า 膝蓋
ขาพับ ข้อพับใต้หัวเข่า
膝蓋／後腳折
หน้าแข้ง 外脛
เท้า ตีน 腳
ส้นเท้า ส้นตีน 腳跟
ตาตุ่ม 踝骨
ข้อเท้า 踝關節
ฝ่าเท้า ฝ่าตีน 腳掌
นิ้วเท้า 腳趾
เล็บเท้า 腳指甲